நிழல் தேடும் நிஜம்

இது கதைகளின் களம்

மதன் கிரிஷ்

notionpress.com
INDIA · SINGAPORE · MALAYSIA

ISBN

Hardcase 979-8-90510-267-7
Paperback 979-8-90451-652-9

உள்ளடக்கங்கள்

அத்தியாயம் 01

எண்களுக்குப் பின்னால் ஒரு கனவு

பகல் முழுதும் எண்களோடும் தணிக்கை அறிக்கைகளோடும் மல்லுக்கட்டிய களைப்பில், மோகன் சோபாவில் சாய்ந்திருந்தான். கையில் இருந்த ரிமோட் சலிப்புடன் சேனல்களை மாற்றிக்கொண்டே இருந்தது. எதிலுமே மனம் ஒட்டவில்லை.

சட்டென ஒரு குரல் அவன் கவனத்தை ஈர்த்தது: 'வெல்கம் பேக்! இது திரு தொலைக்காட்சியின் நாளைய இயக்குனர்!'

மோகனின் விரல்கள் ரிமோட்டில் உறைந்தன. சாய்ந்து அமர்ந்திருந்தவன் நிமிர்ந்து உட்கார்ந்தான். 'நாளைய இயக்குனர்' - அந்தத் தலைப்பே அவனுக்குள் தூங்கிக் கொண்டிருந்த ஏதோ ஒன்றை தட்டியெழுப்பியது.

'இந்தாங்க காபி,' என்று டீபாய் மீது கப்பை வைத்தாள் மாலதி. 'மாலு, இது என்ன புது நிகழ்ச்சியா? தலைப்பு வித்தியாசமா இருக்கே!' என்றான் மோகன், கண்களைத் திரையிலிருந்து எடுக்காமல்.

'கொஞ்ச நாட்களா விளம்பரம் போட்டுட்டு இருந்தாங்க, இன்னைக்குத் தான் ஆரம்பம்னு நினைக்கிறேன். உங்களுக்கு தகுந்த நிகழ்ச்சி போல தான் இருக்கு.

என்னன்னு தான் பாருங்க,' என்று மெல்லிய கிண்டலுடன் சொல்லிவிட்டுச் சமையலறைக்குள் மறைந்தாள்.

திரையில் தொகுப்பாளினி உற்சாகமாகப் பேசிக் கொண்டிருந்தாள்: 'நிச்சயமா! இது வெறும் மேடை இல்லை, கனவுகளின் தொழிற்சாலை. நடுவர்கள் ரெடி, இப்போ நேரடியா போட்டிக்குள்ள போகலாம். முதல் தலைப்பு: 'காதல்'. கதைகளே இல்லாம கூட படங்கள் வந்திருக்கு, ஆனா காதல் இல்லாமல் தமிழ் சினிமா இல்லை. இந்தத் தலைப்பில் முதல் குறும்படத்தைத் திரையிட வருகிறார் கார்த்திக்!'

கார்த்திக் மேடைக்கு வந்தான். 'உங்க படத்தோட தலைப்பு என்ன கார்த்திக்?' - 'காதல் அலைவரிசை.'

மோகன் வியப்பில் புருவங்களை உயர்த்தினான். 'அட, நாம யோசிச்சு வெச்சிருந்த தலைப்பு மாதிரியே இருக்கே!' என்று அவன் முணுமுணுக்கும் போதே, அவன் ஆர்வத்தின் மீது குளிர்ந்த நீரை ஊற்றியது போல சட்டென மின்சாரம் துண்டிக்கப்பட்டது.

'சே! சரியான சமயத்துல கரண்ட் கட் பண்ணிட்டானே!' எரிச்சலுடன் சோபாவில் சாய்ந்தான் மோகன். இருளில் யுபிஎஸ் லைட்டின் வெளிச்சம் பரவியது. சமையலறையிலிருந்து மாலதியின் குரல் கேட்டது: 'என்னங்க, நித்யாவுக்கு மேக்ஸ் ஹோம் வொர்க்ல ஏதோ சந்தேகம்னு கேட்டா. கொஞ்சம் என்னன்னு பாருங்களேன் பிளீஸ்.'

'சரி, பார்க்கிறேன்,' என்று எழுந்தவன், அப்படியே தற்செயலாக வீட்டு வாசலுக்கு வந்தான். மாலை

6:30 மணி. சூரியன் முழுதாக மறையாத அந்த அந்திப் பொழுது, மெல்லிய இருளுடன் மர்மமாக இருந்தது. காலனி குழந்தைகள் சத்தமிட்டு விளையாடிக்கொண்டிருந்தார்கள். அதில் 7 வயது நித்யாவும் இருந்தாள்.

'குழந்தைங்க எவ்வளவு அழகா விளையாடுறாங்க. இதுல போய் ஹோம் வொர்க், மேக்ஸ்னு அவங்கள ஏன் கஷ்டப்படுத்தணும்?' என்று தோன்றியது அவனுக்கு. திண்ணையில் அமர்ந்து அவர்களை வேடிக்கை பார்க்கத் தொடங்கினான். அந்த நிசப்தம், இருள், குழந்தைகளின் சிரிப்பொலி... மோகனின் 'ஆடிட்டர்' மூளை மறைந்து, 'படைப்பாளி' மூளை விழித்துக்கொண்டது. ஒரு கற்பனை மின்னலாக அவன் மனதில் ஓடியது:

திடீரென இந்த விளையாடும் குழந்தைகள் காணாமல் போனால்? அடுத்த சில நிமிடங்களில் ஊரே நிசப்தமாகி, மின்சாரமும் வராமல் போனால்? தேடி அலையும் பெற்றோர்கள்... இருளுக்குள் ஒளிந்திருக்கும் மர்ம மனிதர்கள்... கற்பனை வளர வளர அவன் கண்கள் விரிந்தன. ஒரு முழுமையான மர்மக் கதை அவன் கண்முன் விரிந்தது.

'உங்களை மேக்ஸ் சொல்லித்தரச் சொன்னா, இங்க வந்து வேடிக்கை பார்த்துட்டு இருக்கீங்களா?' - மாலதியின் குரல் அவன் கற்பனை உலகத்தை உடைத்தது. 'சும்மா இரு மாலு, அங்க பாரு, அவங்க சந்தோஷமா விளையாடுறதைப் பார்த்தாலே எவ்வளவு நிம்மதியா இருக்கு. மேக்ஸ் எல்லாம் நாளைக்குச் பார்த்துக்கலாம்,' என்றான் ரசனையுடன்.

'உங்களை மாத்தவே முடியாது. நீங்களாச்சு உங்க பொண்ணாச்சு. என்னமோ பண்ணுங்க,' எனச் செல்லமாகச் சலித்துக்கொண்ட மாலதி, அவன் அருகே திண்ணையில் அமர்ந்து அவன் தோளில் சாய்ந்துகொண்டாள். எதிர் வீட்டுத் திண்ணையில் எமர்ஜென்சி லைட் வெளிச்சத்தில் 'பட்டாசு தாத்தா' கதை சொல்ல, குழந்தைகள் ஆர்வமாகக் கேட்டுக் கொண்டிருந்தனர்.

இரவு உணவு முடிந்து நித்யா உறங்கிய பின், மோகன் படுக்கையறை கம்ப்யூட்டர் முன் அமர்ந்து தீவிரமாக ஏதோ யோசித்துத் தட்டச்சு செய்து கொண்டிருந்தான். மாலதி உள்ளே வந்து, 'என்ன இவ்வளவு யோசனை?' என்று கேட்டாள்.

'இல்ல மாலு, சாயங்காலம் அந்த இருட்டுல குழந்தைங்க விளையாடுறதைப் பார்த்தப்ப ஒரு மர்மக் கதைக்கான கற்பனை ஓடுச்சு. அதான் நோட்ஸ் எடுத்துட்டு இருக்கேன்.'

'ஆமா, நீங்களும் ஒவ்வொரு தடவையும் நோட்ஸ் தான் எடுக்குறீங்க. ஒரு தடவையாவது முழுக் கதையா எழுதுவீங்கன்னு பார்த்தா அது நடக்காது போல இருக்கு. நீங்க ஆடிட்டர் ஆனதுக்கு ஒரு கதாசிரியர் ஆயிருந்தீங்கன்னா ஒரு கதையாவது எழுதியிருப்பீங்க. இதெல்லாம் என்னைக்காவது உங்களுக்கே புரியுமான்னு தெரியல,' எனச் சொல்லிக்கொண்டே மீண்டும் உள்ளே நுழைந்தாள்.

'சரி அதை விடு மாலு, இன்னைக்குக் கதையோட தலைப்பு 'மர்மக் குழந்தை'. எப்படி இருக்கு?'

'தலைப்பு எல்லாம் நல்லாதான் இருக்கு, கதையை அப்புறம் கேட்கலாம். அதை விட ஒரு முக்கியமான விஷயம் இருக்கு. உங்க பொண்ணுக்கு விளையாட ஒரு தம்பி பாப்பா வேணுமாம். முதல்ல அதுக்கு வழியைச் சொல்லுங்க,' என்று வெட்கப் புன்னகையுடன் தலையைத் திருப்பிக் கொண்டாள்.

மோகன் புன்னகைத்தான். 'அச்சச்சோ... அந்த வேலையைத் தள்ளிப்போடவே கூடாது. அது பெரிய பாவமாயிடும்!' என்று கம்ப்யூட்டரை அணைத்துவிட்டு விளக்கை அணைத்தான்.

* * *

அத்தியாயம் 02

எண்களும் எதார்த்தமும்

திங்கள் காலை. அலுவலக மீட்டிங் ரூம் ஏசியின் குளிர்ச்சியில் தணிக்கை அறிக்கைகளின் வாசம் கலந்திருந்தது. மோகன் தன் கீழ் பணிபுரியும் பன்னிரண்டு பேர் முன்னிலையில் அந்த வாரத்திற்கான இலக்குகளை விளக்கிக் கொண்டிருந்தான்.

'சார், ஒரு டவுட்,' என்றான் ஆனந்த்.

'சொல்லுங்க ஆனந்த்.'

'நம்ம கம்பெனியோட மத்த டிபார்ட்மெண்ட்ல எல்லாம் போன வாரமே டார்கெட்ட முடிச்சுட்டாங்க. நம்ம வொர்க் இப்பவே அவங்களை விட ரொம்ப நல்லா வந்திருக்கு. அப்படி இருந்தும் நாம இன்னும் ஏன் தாமதப்படுத்தனும்? நாம எப்பவுமே டார்கெட் டேட் ரொம்ப லேட்டாதான் மீட் பண்றோம்?'

மோகன் லேசாகப் புன்னகைத்தான். 'மத்த துறைகளைப் பத்தி எனக்குத் தெரியாது ஆனந்த். ஆனா, என்னைப் பொறுத்தவரைக்கும் என் மேஜையில இருந்து ஒரு வேலை முடிஞ்சுதுன்னா, அந்த ஃபைலை நான் திரும்பவும் பார்க்கக்கூடாது. நாளைக்கு நம்ம கஸ்டமர் வந்து இத விட்டுட்டீங்க, இங்க தப்பு பண்ணியிருக்கீங்க மாத்திக் கொடுங்கன்னு சொல்லக்கூடாது. பேசிக்கலி

ரீ-வொர்க் பண்றது எனக்குப் பிடிக்காது. அதனாலதான் இவ்வளவு நேரம் எடுத்துக்கறேன். நீங்க என்ன கேட்க வரீங்கன்றது எனக்குப் புரியுது. ஒவ்வொரு தடவையும் கம்பெனி சார்ட்ல நம்ம டீம்தான் டார்கெட் டேட்ல பின் தங்கியிருக்கு, அதானே?'

'எஸ் சார், எங்க எல்லாரோட கேள்வியும் அதேதான்,' என்றான் தாமஸ்.

'சீக்கிரமே இந்த நிலைமை மாறிடும். ஆனா அது என்னால மட்டும் முடியாது. இதுல உங்களோட ஒத்துழைப்பும் அவசியம். அதுக்குத் தேவையான திட்டப் படிவ வேலையிலதான் இருக்கேன், சீக்கிரமே அதைப் பத்தின அறிவிப்பு உங்களுக்கு வரும்,' என்று நிதானமாக விளக்கம் தந்தான் மோகன்.

அவனது அந்தத் தெளிவான பேச்சு, அங்கிருந்தவர்களின் தயக்கத்தைப் போக்கியது. 'அதெல்லாம் போகட்டும்... போன வார இறுதியில ஏதாவது சுவாரஸ்யமான விஷயம் நடந்ததா?' என்று கேட்டு திசையை மாற்றினான் மோகன். அதுவரை அவன் சொல்லும் விஷயங்களைக் கவனமாகக் கேட்டு வந்தவர்கள், கொஞ்சம் ரிலாக்ஸ் ஆனார்கள்.

'ஓ, நிறைய இருக்கு. நானும் சதீஷும் சனிக்கிழமை மாசிநகர்ல நடந்த கிரிக்கெட் டோர்னமெண்ட்ல கலந்துகிட்டோம்,' என ஆரம்பித்தான் இளங்கோ. சதீஷ் செய்த சில்மிஷத்தால் எதிர் அணியினர் அரண்டு போன கதையைச் சொல்லி முடித்தான். இளங்கோ சொல்லச் சொல்ல, ஏதோ பெரிய அவார்ட் கொடுத்ததைப் போலப் பாவனை செய்து கொண்டிருந்தான் சதீஷ்.

அவனைத் தொடர்ந்து கலைச்செல்வி உற்சாகமாகக் குறுக்கிட்டாள். 'சார், சனிக்கிழமை திரு தொலைக்காட்சியில நாளைய இயக்குனர்னு ஒரு நிகழ்ச்சியைப் பார்த்தேன்!' - 'ஆமாம் சார், நாங்களும் பார்த்தோம்!' என மேலும் இருவர் தங்கள் வியப்பைப் பகிர்ந்து கொண்டனர்.

'போட்டியாளர்கள் குறும்படங்களைத் திரையிட்டுப் போட்டி போடறாங்க சார், ரொம்ப இன்ட்ரெஸ்டிங்கா இருக்கு!' என்றாள் கலைச்செல்வி.

மோகனின் இதயம் ஒரு நிமிடம் வேகமாகத் துடித்தது. சனிக்கிழமை அந்த இருட்டில் அவன் பாதியில் விட்ட அதே நிகழ்ச்சி! 'ரொம்ப நல்ல விஷயம் தான். அதெல்லாம் இருக்கட்டும், இன்னைக்கு உங்களுக்கெல்லாம் நான் ஒரு படம் திரையிடப் போறேன்,' என்று சொல்லி, 'தலைவன்' என்ற 4 நிமிட அனிமேஷன் தொகுப்பைத் திரையிட்டான். அதன் எடிட்டிங், பின்னணி இசை, சொல்லப்பட்ட விதம் என அனைத்தும் ஒரு தேர்ந்த இயக்குநரின் பார்வையில் அவன் தேர்ந்தெடுத்தது.

தலைவன் என்பவன் எப்படி இருப்பான், அவனது ஆளுமை மற்றும் ஒழுக்கம் எனத் தலைவன் பண்புகளை விளக்கும் அந்த ஊக்கமூட்டும் படத்தைப் பார்த்த அனைவரும் மிகுந்த உற்சாகத்தில் அவரவர் பணியிடத்திற்குச் சென்றனர்.

சிறிது நேரம் கழித்து, மோகன் இண்டர்காமில் கலைச்செல்வியை அழைத்தான். 'கலை, கொஞ்சம்

என்னோட அறைக்கு வர்றீங்களா?'. சில நொடிகளில் கலை அவன் முன் வந்து நின்றாள்.

'இந்தாங்க இந்திரன் இண்டஸ்ட்ரீஸ் ரிப்போர்ட். குட் வொர்க், நல்லா பண்ணியிருக்கீங்க. ஒரே ஒரு சின்ன திருத்தம் குறிச்சிருக்கேன். அதை மட்டும் மாத்திட்டு கஸ்டமர் காப்பி அனுப்பிடுங்க,' எனச் சொல்லி ஃபைலைக் கொடுத்தான்.

'ஓகே சார்' எனச் சொல்லி ஃபைலை வாங்கிக்கொண்டு நகர்ந்தாள்.

'கலை, ஒரு நிமிஷம்,' அவளை நிறுத்தினான் மோகன். 'மீட்டிங்ல ஒரு நிகழ்ச்சியைப் பத்தி சொன்னீங்களே, அதை முழுசா பார்த்தீங்களா?'.

'ஆமாம் சார், நாளைய இயக்குனர் ஃபுல் எபிசோடும் பார்த்தேன்,' என்றாள் அவள்.

'ரொம்ப இன்ட்ரெஸ்டிங்கா இருக்கு. இஃப் யூ டோண்ட் மைண்ட், உணவு இடைவேளையில அந்த நிகழ்ச்சியைப் பத்தி கொஞ்சம் சொல்றீங்களா? அந்த 'காதல் அலைவரிசை' படம் முடிஞ்சுதான்னு தெரிஞ்சுக்கணும்.'

'கண்டிப்பா சார்' எனச் சொல்லிச் சிரித்துக் கொண்டே தன் இருக்கைக்குச் சென்றாள் கலைச்செல்வி. ஒரு ஆடிட்டராக எண்களைப் பார்க்க வேண்டிய மோகனின் கண்கள், இப்போது அந்தத் திரைக் கதையின் முடிவை நோக்கித் துடித்துக் கொண்டிருந்தன.

• • •

அத்தியாயம் 03

திரையில் ஆடும் பிம்பங்கள்

மதியம் ஒரு மணி. மதிய உணவை முடித்துவிட்டு, அலுவலக வளாகத்தில் இருக்கும் பூங்காவின் அமைதியான ஒரு பகுதியில் மோகனும் கலைச்செல்வியும் பேச ஆரம்பித்தனர். இதமான மதியக் காற்று வீசிக்கொண்டிருந்தது.

'காதல் அலைவரிசை... நிஜமாவே அந்த டைட்டில் படத்துக்கு ரொம்பப் பொருத்தமா இருந்தது சார்,' என்று உற்சாகமாகத் தொடங்கினாள் கலைச்செல்வி. அவள் சொல்லச் சொல்ல, மோகன் ஒரு ஆடிட்டராக இல்லாமல், ஒரு திரை ரசிகனாக மாறி அந்தக் காட்சிகளைத் தன் மனத்திரையில் ஓட்டத் தொடங்கினான்.

திரையில் ஓடும் 'காதல் அலைவரிசை' குறும்படத்தின் கதை:

சுரேஷ் தன் கல்லூரி நண்பனிடம் அவன் பழைய காதல் கதையைச் சொல்லத் துவங்குகிறான். 'சித்ரா, எட்டாவது படிக்கிறப்ப அவ புதுசா எங்க கிளாஸ்ல சேர்ந்தா. அவ்வளவு அழகு. அப்பவே அவ மேல எனக்கு ஒரு ஈர்ப்பு.' அவன் சொல்லச் சொல்ல அது காட்சிகளாகப் பின்னே ஓடத் துவங்கியது.

பள்ளிக்கூட வராண்டாவில் சித்ரா நடந்து வருகிறாள். சுரேஷ் அவளைப் பார்த்து வழிவதும், அவளைக் கவர அவன் செய்யும் சேட்டைகளும் திரையை அதிரவைக்கும் ரகம். தன் பிறந்தநாளுக்குச் சாக்லேட் கொடுக்கும்போது கை நடுங்குவது, அவளுக்குத் தெரியும்படி அரும்பு மீசையைத் தடவிவிட்டுப் பந்தா காட்டுவது, சைக்கிளில் கையை விட்டு ஓட்டி அவளைக் கவர நினைத்து அப்படியே 'தொப்›பென்று கீழே விழுவது என நகைச்சுவைக்குக் குறைவே இல்லை.

'கடைசியா ஒரு நாள் எனக்குள்ள தைரியம் வந்தது. பீச்ல வச்சு அவகிட்ட காதலைச் சொல்லிட்டேன். அப்போ நான் எதிர்பார்க்காத ஒன்னு நடந்தது' - சுரேஷின் குரல் ஒலிக்கிறது.

கடற்கரைக் காட்சி: சித்ரா சாதாரணமாக, 'ம், எனக்கும் சரிதான் சுரேஷ். சொல்லப் போனா இந்த நாள் வரும்னு எனக்கு முன்னாடியே தெரியும்' என்கிறாள். சுரேஷ் திகைத்துப்போய் நிற்கிறான். அவள் தொடர்கிறாள், 'என்ன நான் எதிர்பார்த்ததை விட கொஞ்சம் சீக்கிரமாவே நடந்திருச்சு. +2 முடிக்கிறப்ப சொல்லுவன்னு எதிர்பார்த்தேன், நீ கொஞ்சம் வேகம் தான். +1 லயே சொல்லிட்ட' எனச் சொல்லிப் புன்னகைத்தாள்.

'பழம் நழுவி பால்ல விழுந்த கதையா எனக்கு அவ்வளவு சந்தோஷம்.' சுரேஷ் சந்தோஷத்தில் வானுக்கும் பூமிக்கும் குதிக்கிறான். அவள் தொடர்கிறாள், 'உன்னோட அதிர்ச்சி எனக்குப் புரியுது சுரேஷ். ஆனா என்னோட கான்செப்ட் ரொம்ப சிம்பிள்.

ஒவ்வொரு மனுஷனோட எண்ணங்களுக்கும் ஒரு அலைவரிசை இருக்கு, அது நம்மள சுத்தியே இருக்கும். அது தனக்குத் தகுந்த அலைவரிசையைச் சந்திக்கிறப்ப மின்சாரம் பாயும். ஒன்றை ஒன்று ஈர்க்கும். அப்படி ஏற்பட்ட ஈர்ப்புதான் இது. நீ கிட்ட இருக்கிறப்ப எல்லாம் அந்த மின்சாரப் பாய்ச்சலை நான் உணர்ந்தேன்.'

'அன்னைக்கு அவ ஒரு சயின்ஸ் கிளாஸே நடத்தினா. அதெல்லாம் என் காதுல அவ்வளவா விழவே இல்ல. நான் சந்தோஷத்துல காத்துல மிதந்துகிட்டே அவ பேசுறதை ரசிச்சேன். அதுக்கப்புறம் ரெண்டு வருஷம் காதல்னா காதல்... அப்படி ஒரு காதல்!'

மீண்டும் நிகழ்காலம்: நண்பன் குறுக்கிட்டு 'அடப்பாவி! அப்படி ஒரு பொண்ணக் காதல் பண்ணிட்டு, இப்ப எப்படிடா அந்த ராதாவோட சுத்திக்கிட்டு இருக்க?' என ஆதங்கப்பட்டான்.

'அங்கதான் மச்சி நீ ஒரு விஷயத்தைப் புரிஞ்சுக்கல. +2 முடிச்சுட்டு சிட்டி காலேஜ் வந்ததும் தான் புரிஞ்சது நாம குண்டுச்சட்டியில குதிரை ஓட்டிட்டு இருந்திருக்கோம்னு. ஆனா போகப் போகத் தான் எனக்கு ஒரு உண்மை புரிய ஆரம்பிச்சது. அவ சொன்னாளே ஒரு சயின்ஸ் கதை... அலைவரிசை, மின்சாரம், ஈர்ப்பு சக்தின்னு... அதுக்கு அர்த்தம் என்னன்னு எனக்கு இப்பதான் புரிஞ்சது மச்சி. அது அவ்வளவும் உண்மை, ஆனா இதுல அவளுக்குத் தெரியாத இன்னொரு சயின்ஸ் கதையும் இருக்கு. அது என்னன்னா, ஆம்பளைங்க எல்லாம் ரேடியோ மாதிரி. அவங்களுக்குப் பிடிச்சதுன்னா எப்படிப்பட்ட

அலைவரிசையும் F.M கேட்குற மாதிரி டியூன் பண்ணி இழுத்துடுவாங்க. அப்படி ஆசைப்பட்டு இப்ப கேட்டுக்கிட்டு இருக்குற சேனல் தான் ராதா. எப்படி இருக்கு என்னோட சயின்ஸ்?' விஷமப் புன்னகை புரிகிறான் சுரேஷ்.

'அப்ப அந்த பொண்ண என்னடா பண்ண?' ஆர்வமாகக் கேட்டான் நண்பன்.

'இங்க லைன் கிடைச்சதும், அந்த லைனை கொஞ்சம் கொஞ்சமா கட் பண்ணிட்டேன். இப்ப ரெண்டு மாசமாச்சு எந்தத் தொடர்பும் இல்ல. தேவைப்பட்டா எதிர்காலத்துல பாத்துக்கலாம்' என சுரேஷ் சொல்ல, 'சபாஷ் நல்லத் திட்டம் சுரேஷ்!' என்ற குரலைக் கேட்டுத் திரும்பிப் பார்க்கிறான். அங்கே சித்ரா நின்றுகொண்டிருக்கிறாள்.

சுரேஷ் அதிர்ச்சியில் உறைகிறான். 'சரியாச் சொன்ன சுரேஷ். ஒரு பையன் கிட்ட இருந்து கொஞ்ச நாளா ஒரு தகவலும் இல்லையேன்னு பார்த்தேன். நான் நினைச்சது சரியாப் போச்சு.'

சித்ரா தொடர்கிறாள், 'ஸ்கூல்ல நமக்கு அலைவரிசைன்னு ஒன்னு இருக்குறது தான் கத்துக் கொடுத்தாங்க. ஆனா தப்பான கனெக்ஷன் கொடுத்தா ஷாக் அடிக்கும்னு காலேஜ் போனப்புறம் தான் கத்துக்கிட்டேன். அப்படி உன்னைக் கட்டுப்படுத்த நான் ஏற்படுத்திய கனெக்ஷன் தான் இந்தக் கணேஷ்.' அவள் சொன்னதைக் கேட்டு நண்பன் கணேஷைப் பார்த்து சுரேஷ் முறைக்கிறான். கணேஷ் பெருமையாகச் சிரிக்கிறான்.

‘ஏ சித்ரா, இதெல்லாம் சும்மா தமாஷ் தான் நீ சீரியஸா எடுத்துக்காத’ அவளிடம் கெஞ்சினான் சுரேஷ்.

‘இத பாரு சுரேஷ், காலேஜ் வாழ்க்கைய அனுபவிக்கனும். ஆனா அது எல்லைய மீறக் கூடாது. அப்படி நீ எல்லையை மீறப்ப இதுமாதிரி என்னோட கனக்ஷன்களை உபயோக படுத்தவேண்டி இருக்கும்.’ சித்ரா சொன்னதை கேட்டு சரி சரி என சிரித்துக் கொண்டே தலை ஆட்டினான்.

‘பை தெ வே உன்னோட ரேடியோ சயின்ஸ் நல்லா இருந்தது, சமயம் வர்றப்ப யூஸ் பண்ணிக்கிறேன்’ எனச் சொல்லி சித்ராவும் கணேஷும் சிரித்து காதல் பார்வையை பரிமாறிக்கொள்கின்றனர். திரையின் ஓரத்தில் கணேஷ் தலை மீது கை வைத்து உட்காருகிறான். படம் முடிகிறது.

கலை சொல்லி முடித்தபோது, மோகன் எங்கோ பார்த்துக் கொண்டு வேறு உலகத்திற்குச் சென்றிருந்தான். ‘சார்... சார்...’ என்ற கலையின் குரலைக் கேட்டுத் தடுமாற்றத்துடன் சுயநினைவுக்கு வந்தான். ‘பரவா இல்லையே யாரோ நம்மைப் போலவே யோசிச்சிருக்காங்க›ன்னு லேசாகப் புன்னகைத்துவிட்டு ‘ரொம்ப நல்லா இருக்கு கலை’ என்றான்.

‘ஆமா சார், பாருங்க எப்படி எல்லாம் யோசிக்கறாங்க. அத விட அந்த இயக்குனர் நடுவர்கள் கேள்விகளுக்குப் பதில் சொல்றப்ப சொன்ன விஷயம் ரொம்ப சுவாரஸ்யமா இருந்தது சார். இந்தக் கதையை முதல்ல எழுதுறப்ப படத்தில் காட்டிய நகைச்சுவை நடை இல்லாம த்ரில்லர் நடையில் எழுதினாராம்.

அதுல ஹீரோயின் ஹீரோவை ஏமாற்றிப் பணம் கேக்குற மாதிரி கிளைமாக்ஸ் இருக்குமாம். அந்த வெர்ஷனுக்கு 'காதல் பகடை›ன்னு பேராம்.'

மோகன் இப்போது நிஜமாகவே அரண்டு போய் கேட்டுக்கொண்டிருந்தான். 'காதல் பகடை'... இது அவன் தன் டைரியில் ஐந்து வருடங்களுக்கு முன் எழுதிய அதே தலைப்பு!

அவள் தொடர்ந்து கொண்டே போனாள், 'சார், இன்னொன்னு... இன்னொரு குறும்படத்தையும் திரையிட்டாங்க. 'சொல்லப்படாத காதல்'. ஒருத்தன் கல்லூரியில ஒரு பொண்ணை காதலிக்கிறான், அவனுக்கு ஆதரவாக ஒரு நண்பன். இவங்க 15 வருஷம் கழித்து ஒரு சந்தர்ப்பத்துல சந்திக்கறாங்க, அப்ப நடக்குற மனப்போராட்டம் அப்புறம் ஒரு நகைச்சுவையான முடிவு.'

மோகனுக்குத் தலை சுற்றியது. 'காதல் அலைவரிசை', 'காதல் பகடை', 'சொல்லப்படாத காதல்'... அத்தனையுமே அவன் டைரியில் இருக்கும் தலைப்புகள். 'எனக்காக நேரம் ஒதுக்கி கதை சொன்னதுக்கு ரொம்ப நன்றி கலை' என அவளுக்கு விடை கொடுத்துவிட்டுத் தன் அறைக்குள் வேகமாக நுழைந்தான். அவன் இதயம் படபடவென அடித்துக்கொண்டிருந்தது.

* * *

அத்தியாயம் 04

நினைவுகளின் நிழலாட்டம்

வேலையில் நாட்டம் செலுத்த முடியவில்லை. மோகனின் ஞாபகங்கள் அவனை எங்கோ பத்து பதினைந்து வருடங்களுக்குப் பின்னோக்கி இழுத்துப் போனது. அலுவலகக் கோப்புகள் அவன் கண்முன் மங்கலாகத் தெரிந்தன.

கல்லூரி இரண்டாம் ஆண்டு. மரத்தடியில் அமர்ந்து நண்பன் ஒருவன் பேசிக்கொண்டிருந்தது இப்போதும் அவன் காதுகளில் ஒலிக்கிறது. '...சுதா ஓகே சொன்னதும், அவள கொஞ்ச கொஞ்சமா கட் பண்ணிட்டேன் மச்சி. இப்ப ரெண்டு மாசமாச்சு, எந்தத் தொடர்பும் இல்ல.' அவன் வெற்றிக்களிப்பில் சொல்லச் சொல்ல மோகன் மீது ஆத்திரம் வந்தது. அவன் அவ்வளவு நெருங்கிய நண்பன் கிடையாது என்றாலும், பெண்கள் ஏன் பெரும்பாலும் இப்படி ஏமாற்றப்படுகிறார்கள் என்ற ஆதங்கம் மோகனுக்குள் கனன்றது.

அன்று இரவு டைரியை எடுத்து அந்த ஆத்திரத்தை ஒரு கதையாக வடிக்கத் துவங்கினான். 'காதல் பகடை' - ஆத்திரத்தில் தோன்றிய த்ரில்லர் கற்பனையை அவன் குறிப்பு எடுக்கத் துவங்கினான்:

- பள்ளிக்கு வரும் புதிய பெண்
- துரத்தித் துரத்திக் காதலிக்கும் நாயகன்
- காதல் சொல்லும் தருணம்
- காதல் சித்தாந்தம் (அலைவரிசை தியரி)
- கல்லூரிக் காதல்
- நண்பனிடம் வெற்றியைப் பகிர்தல்
- பழைய காதலி மர்மமாகத் தோன்றுதல்
- நண்பனைக் காதலனாக அறிமுகப்படுத்துதல்
- புகைப்பட ஆதாரங்கள்
- பணம் கேட்டு மிரட்டும் ட்விஸ்ட்.

ஒரு வாரம் கழித்து, அந்தப் பெண்ணிடம் அந்த நண்பன் நிஜமாகவே சிக்கி அடி வாங்கிய விஷயம் மோகன் காதுகளுக்கு வந்தது. அதைக் கேட்டதும் அவனுக்கு அளவில்லாத மகிழ்ச்சி. அதே மகிழ்ச்சியில் டைரியை எடுத்தான். 'காதல் பகடை' என்ற அந்த த்ரில்லர் கதையை மாற்றி, ஒரு நகைச்சுவை வடிவம் கொடுத்தான். அதுதான் 'காதல் அலைவரிசை'.

'காதல் அலைவரிசை'

- பள்ளிக்கு புதிய பெண்
- துரத்தி துரத்தி காதல்
- காதல் சொல்லல்
- காதல் சயின்ஸ்
- கல்லூரிக் காதல்
- நண்பனிடம் பகிர்வு
- ரேடியோ சயின்ஸ்
- பழைய காதலி வருகை
- கனக்ஷன் சயின்ஸ்
- கனக்ஷன் நண்பன்
- காதலி நிபந்தனையோடு ஒப்புதல்

என அதேக் கதையை மாற்றி எழுதினான்.

பழைய நினைவுகள் அவனுள் ஓடிக்கொண்டிருக்க, அவனையும் அறியாமல் புன்னகைத்தவாறே சுயநினைவுக்கு வந்தான். ஆனாலும் நினைவுகள் அவனை அரித்துக்கொண்டே தான் இருந்தது.

அடுத்து, சி.ஏ படித்துக்கொண்டிருந்த சமயம். ஒரு நாள் நண்பர்களுடன் ஒரு மந்தமான காதல் திரைப்படத்தைப் பார்த்துவிட்டுத் திரும்பிக் கொண்டிருந்தான். 'என்னடா படம் எடுக்கறாங்க? என்னமோ உருகி உருகி காதலிக்கிறானாம், காதலை கடைசிவரை சொல்ல மாட்டானாம், சொல்ல வர்றப்ப அவ காணாமப் போயிடுவாளாம். இதுக்கு ரெண்டு மணி நேரப் படம்!' எனத் தன் ஆதங்கத்தைச் சக நண்பர்களுடன் பகிர்ந்து கொண்டான் மோகன்.

அதற்குக் நண்பன் ஒருவன், 'ஆமாண்டா, உன்ன மாதிரி ஆளுங்க எல்லாம் கதை எழுதினா இந்த மாதிரி நிலைமை வராது. ஆனா நீங்க எல்லாம் நல்லா கதை சொல்லுவீங்க, ஆனா எழுத மாட்டீங்க!' என்றான். அன்று இரவு அறைக்கு வந்தவன், அந்தத் திரைப்படத்தின் மொக்கையான கிளைமாக்ஸை மாற்றிக் கேலியாக ஒரு கதையை எழுதினான். அதுதான் 'சொல்லப்படாத காதல்':

- காதல் சொல்ல வந்தேன் - திரைப்படத்தின் தொடர்ச்சி
- வசந்த் (நாயகன்), விஜி (காதலி), பாஸ்கர் (நண்பன்)

- கல்லூரி முடிந்து பத்து ஆண்டுகள் கழித்து ஒரு திருமணத்தில் சந்திப்பு
- வசந்திற்குத் திருமணம் ஆகவில்லை
- மூவரின் நினைவுகளில் நெகிழ்ச்சியான தருணங்கள்
- ஒரு சிறுவன் ஓடி வருதல் - விஜியின் இளைய மகன்
- அவன் பெயர் - வசந்த் (தன் பெயரைத் தன் காதலி மகனுக்கு வைத்திருக்கிறாள் என வசந்த் நெகிழும் தருணம்)
- அப்போது இன்னொரு சிறுவன் ஓடி வருதல் - விஜியின் மூத்த மகன்
- இவன் பேரு பாஸ்கர் (நண்பன் பெயரையும் தன் மகனுக்கு வைத்திருக்கிறான்)
- வசந்தும் பாஸ்கரும் ஒருவரை ஒருவர் பார்த்துக்கொள்ளும் அந்த அதிர்ச்சியான பார்வை...

இதை எழுதி முடித்துவிட்டு அன்று இரவு மோகன் விழுந்து விழுந்து சிரித்தது இன்னும் நினைவிருக்கிறது.

பிப்... பிப்... பிப்ப்ப்! பலமான ஹாரன் சத்தம் கேட்டு மோகன் திடுக்கிட்டுச் சுயநினைவுக்கு வந்தான். 'சிக்னல் விழுந்து ரொம்ப நேரமாச்சு சார், வண்டிய எடுங்க!' - பக்கத்தில் இருந்தவன் கத்த, மோகன் அவசரமாகக் காரை நகர்த்தினான்.

வீடு வந்து சேரும் வரை அவனுக்குள் ஒரே கேள்விதான் குடைந்துகொண்டிருந்தது. நான் ஏதோ ஒரு ஆத்திரத்திலும், கேலியிலும் என் ரகசிய

டைரியில் எழுதி வைத்த கதைகள் எப்படி அப்படியே திரையில் வந்தன? யார் அந்த கார்த்திக்? என் டைரியைப் பார்த்தது யார்?

* * *

அத்தியாயம் 05

தூசு படிந்த ரகசியங்கள்

வீட்டு வாசலில் நின்ற மோகன் படபடப்புடன் கதவைத் தட்டினான். நித்யா ஓடிவந்து கதவைத் திறந்தாள். ‘அப்பா!’ என உற்சாகமாகக் கத்திக்கொண்டே அவன் கால்களைக் கட்டிக்கொண்டாள். அவளைத் தூக்கி அணைத்துக்கொண்டே, ‘அம்மா எங்கடா செல்லம்?’ என்று கேட்டான்.

‘அம்மா..., அப்பா வந்துட்டார்!’ என்று கத்தினாள் நித்யா. படுக்கையறையிலிருந்து வெளியே வந்த மாலதி ஆச்சரியமாகப் பார்த்தாள். ‘என்னங்க, இன்னைக்கு இவ்வளவு சீக்கிரம் வந்துட்டீங்க?’ என்று கேட்டாள்.

‘அதெல்லாம் அப்புறம் சொல்றேன் மாலு. முதல்ல நான் கேட்குற கேள்விக்கு உண்மையைச் சொல்லு. எப்பயாவது பழைய பேப்பர் போடும்போது என்னோட டைரியெல்லாம் சேர்த்துப் போட்டுட்டியா?’ மோகனின் குரலில் இருந்த பதற்றம் மாலதியைத் திகைக்க வைத்தது.

‘இல்லையே... அதெப்படி உங்க டைரியைப் போய் நான் போடுவேன்? அதெல்லாம் பத்திரமா அந்தப் பரண் மேல இருக்கு. நாம இந்த வீட்டுக்குக் குடிவந்தப்போ அடுக்கினது அப்படியேதான் இருக்கு. அஞ்சு

வருஷமாச்சு, கரையான் ஏதும் அரிக்காம இருந்தா சரி,' என்றாள் மாலதி.

மோகன் அவசரமாக அருகில் இருந்த முக்காலியை எடுக்கப் போனான். 'அது சரி, திடீர்னு என்ன டைரி ஞாபகம்? முழுக் கதை ஏதாவது எழுதப் போறீங்களா?' என மாலதி ஆர்வமாகக் கேட்டாள்.

அவசர அவசரமாக முக்காலியைப் போட்டு அதன் மேல் ஏறிக்கொண்டே, 'அதுக்கு அவசியமே இல்லை மாலு. என்னோட கதையையெல்லாம் டிவியில படம் போட்டுக் காட்ட ஆரம்பிச்சுட்டாங்க!' என்றான் கசப்பான ஒரு புன்னகையுடன்.

பரணில் அனைத்து டைரிகளும் வரிசையாக அடுக்கி வைக்கப்பட்டிருந்தன. அதன் மேல் படிந்திருந்த தடிமனான தூசியைப் பார்த்தால், ஐந்து வருடங்களாக அந்த இடத்தை விட்டு யாரும் அதை நகர்த்தவில்லை என்பது உறுதியானது. 'என்ன சொல்றீங்க? எனக்கு ஒன்னும் புரியலையே!' என்று மாலதி கீழே நின்று கேட்டுக்கொண்டிருந்தாள்.

'கொஞ்சம் பொறு மாலு, உனக்கு விளக்கமாச் சொல்றேன்' என்று சொல்லிவிட்டு அங்கிருந்த டைரிகளை ஒவ்வொன்றாகக் கீழே இறக்கினான். 'இந்தா இதைப்பிடி' என டைரிகளை அவளிடம் கொடுத்தான். அவள் அவற்றைப் பெற்றுக்கொண்டு வாசலுக்கு வெளியே சென்று நன்றாகத் தூசி தட்டிவிட்டு உள்ளே கொண்டு வந்தாள்.

மோகன் 1992-ம் ஆண்டு டைரியை எடுத்து வேகமாகப் பக்கங்களைப் புரட்டினான். அவனுக்குத் தேவையற்ற

விஷயங்களை டைரியில் எழுதும் பழக்கம் இல்லை; கதைக் குறிப்புகள் மட்டுமே ஆங்காங்கே தென்பட்டன. ஆகஸ்ட் 25-ம் தேதி பக்கத்தில் 'காதல் பகடை...' என்றும், செப்டம்பர் 3-ம் தேதி பக்கத்தில் 'காதல் அலைவரிசை...' என்றும் அவன் கைப்பட எழுதிய குறிப்புகள் இருந்தன. அதைப் பார்த்ததும் அவன் ஒரு நீண்ட பெருமூச்சு விட்டான்.

மாலதியும் நித்யாவும் அவனை ஒரு விசித்திரமான ஆளைப் பார்ப்பது போலப் பார்த்துக்கொண்டிருந்தனர். அடுத்து 1995-ம் ஆண்டு டைரியில் ஜூன் 4-ம் தேதி பக்கத்தில் 'சொல்லப்படாத காதல்...' என்ற குறிப்பும் அப்படியே இருந்தது.

'எப்படி? எல்லாப் பக்கங்களும் பத்திரமா இருக்கு... அப்புறம் எப்படி இந்தக் கதைகள் மட்டும் வெளியே போச்சு?' என்று தனக்குள்ளேயே முணுமுணுக்க ஆரம்பித்தான் மோகன்.

'என்னதான் ஆச்சு? கொஞ்சம் சொல்லுங்களேன்?' என்று மாலதி மீண்டும் கேட்க, மோகன் நடந்த அத்தனை விஷயங்களையும் - அந்த டிவி நிகழ்ச்சி, கலைச்செல்வி சொன்ன கதைகள் என அனைத்தையும் விவரித்தான்.

'என்னங்க சொல்றீங்க! சொல்லப்படாத காதல் கதையை நான் கேட்டிருக்கேன். ஆனா மத்த கதைகளை நீங்க சொன்னதாகூட எனக்கு ஞாபகமே இல்லையே? உங்க நண்பர்கள் யார்கிட்டயாவது இதைச் சொல்லியிருக்கீங்களா?' என மாலதி கேள்விகளை அடுக்கினாள்.

'சொல்லப்படாத காதல் கதையைச் சில நண்பர்களோட சேர்ந்து கேலியா விவாதிச்சிருக்கோம். ஆனா மத்த கதைகளை நான் யார்கிட்டயும் சொன்னதா எனக்கும் ஞாபகம் இல்லை மாலு,' என்று யோசித்துக் கொண்டே சொன்னான்.

'யார் கிட்டயாவது சொல்லியிருப்பீங்க, அப்புறம் மறந்திருப்பீங்க. அதை விடுங்க... இந்த வாரம் நிகழ்ச்சியைப் பார்த்தா அவங்க யாரு, என்னன்னு தெரியப் போகுது. அதுக்கப்புறம் பாத்துக்கலாம்' என குழம்பி இருந்தவனுக்குத் துணையாகப் பேசினாள் மாலதி.

அவன் கவனத்தைத் திருப்ப, 'நித்யா இன்னைக்கு ஸ்கூல்ல என்ன பண்ணா தெரியுமா?' என மாலதி சொல்ல, நித்யா உற்சாகமானாள். 'அப்பா, இன்னைக்கு மேக்ஸ் கிளாஸ்ல டீச்சர் போர்டுல ஒரு கணக்கு போடச் சொன்னாங்க. நான் மட்டும் தான் சரியா போட்டேன்!' என்றாள். மோகன் மெல்லச் சகஜ நிலைக்குத் திரும்பினான். 'வாவ், வெரி குட்! செல்லத்துக்கு என்ன வேணும் சொல்லு?' என்று அவளைக் கட்டியணைத்துக் கொண்டான். 'ஐஸ்கிரீம்!' என அவள் துள்ள, மாலதியின் கண்டிப்பான பார்வையைத் தவிர்த்துவிட்டு இருவரும் சிரித்துக்கொண்டே வெளியே கிளம்பினர்.

ஆனாலும் அந்த வாரம் முழுவதும் அந்த இரண்டு கதைகளும் மோகனை நெருடிக்கொண்டே இருந்தன. தன் பழைய நண்பர்களை ஒவ்வொன்றாக நினைத்துப் பார்த்தான். அப்போதுதான் 'கதிரவன்' நினைவுக்கு வந்தான். மோகனும் கதிரும் ஒரே ஆடிட்டரிடம் வேலை செய்துகொண்டே சி.ஏ படித்தவர்கள்.

கதிரவன் இப்போது அதே நிறுவனத்தின் தலைமை அலுவலகத்தில் ஊடகப் பிரிவின் மேலாளராக இருக்கிறான்.

பத்திரிகை, தொலைக்காட்சி நிறுவனங்களின் கணக்குகளைக் கவனித்துக்கொள்வதுதான் கதிரின் வேலை. அவனுக்கு 'சொல்லப்படாத காதல்' கதை நன்றாகத் தெரியும். மேலும் அந்தத் தொலைக்காட்சி நிறுவனமும் அவனுக்குப் பழக்கமான இடம்தான். சமயம் வரும்போது கதிரின் உதவி தேவைப்படும் என மனதில் குறித்துக்கொண்டான் மோகன்.

* * *

அத்தியாயம் 06

திரையில் விரியும் நிழல்கள்

சனிக்கிழமை மாலை 6 மணி. மோகனும் மாலதியும் தொலைக்காட்சிப் பெட்டியின் முன் ஒரு தியானத்தைப் போல அமர்ந்திருந்தனர். இருவரின் இதயத்துடிப்பும் அந்தச் சிறிய அறைக்குள் சத்தமாக ஒலிப்பது போன்ற பிரமை.

நடுவர்கள் அறிமுகம், சிறப்பு விருந்தினர் உரை என எல்லாம் முடிந்து போட்டி தொடங்கியது. 'போன வாரம் கார்த்திக் மற்றும் பாலாஜியின் படங்களைப் பார்த்தோம்...' என்று தொகுப்பாளினி சொல்லும்போது, கார்த்திக்கின் முகம் அரை நொடி திரையில் வந்து மறைந்தது. மோகன் அந்த முகத்தைத் தீர்க்கமாகப் பார்த்தான். அறிமுகமில்லாத முகம், ஆனால் ஏதோ ஒரு நெருக்கம்.

இந்த வாரம் முதல் குறும்படத்தைத் திரையிடப் போகிறவர் சிங்கமுத்து! படத்தின் தலைப்பு: 'கிசு கிசு கிச்சு கிச்சு!'. தலைப்பைச் சொன்னவுடன் அரங்கமே சிரிப்பொலியால் நிறைந்தது. மோகனின் முகத்தில் சட்டென ஒரு நிம்மதி ரேகை படர்ந்தது. அவனது கற்பனைக்கும் இந்தத் தலைப்பிற்கும் எந்தத் தொடர்பும் இல்லை. படம் ஒரு சாதாரண காதல் கதையாக முடிய, மோகன் நிம்மதிப் பெருமூச்சு விட்டான்.

'அப்பா! இப்போதான் நிம்மதியா இருக்கு மாலு. நான் தான் அப்பவே சொன்னேன் இல்ல, ஏதோ தற்செயலா நடந்திருக்கும்னு,' என்றான்.

'ச்சே இப்படி சப்பையா போகும்ன்னு நினைக்கவே இல்ல. ஒரு சுவாரஸ்யமே இல்லாம போயிடிச்சி' என அவனை வம்புக்கு இழுத்தாள்.

'ஏன் சொல்ல மாட்ட. உன் குழந்தைய பார்த்து யாராவது தன் குழந்தைன்னு சொன்னா? அப்பத் தெரியும், உனக்கு எப்படி இருக்கும்ன்னு.' மோகன் சொல்ல, 'ஐயோ, ரொம்ப பழைய டயலாக்கா இருக்கு. புதுசா ஏதாவது யோசிங்க' ன்னு மாலதி சொன்னாள். திரையில் படம் ஆரம்பித்தது. நினைத்த மாதிரியே எந்த ஒரு அதிர்ச்சியும் இல்லை. நிருபர் ஒருவன் ஒரு நடிகையை பற்றி கதாசிரியருடன் இணைத்து இல்லாத ஒரு கிசு கிசு எழுதுகிறான். அவனை திட்ட வரும் அந்த நடிகை, அதே காரணத்திற்க்காக வந்திருக்கும் கதாசிரியரை, நிருபர் என நினைத்து திட்ட. பிறகு உண்மை தெரிய வர இருவர்க்குள்ளும் நட்பு வளருக்கிறது. அது காதலாக பூக்கிறது. இறுதியில் நிருபர் வந்து சுபம் என படத்தை முடிக்கிறார்.

படத்தை நடுவர்கள் அலசிக் கொண்டிருந்தனர். 'அப்பா, இப்பத் தான் நிம்மதியா இருக்கு' ன்னு மோகன் சொல்ல. 'நான் தான் அப்பவே சொன்னே இல்ல, நீங்க யார்கிட்டயாவது கதை சொல்லி இருப்பீங்க, அவங்க வேற யார்கிட்டயாவது சொல்லி இருப்பாங்க அப்படியே அது இவ்வளவு தூரம் வந்திருக்கும். அதுக்காக தான் முழுக் கதைய எழுதுங்கன்னு அடிச்சிக்கிறேன். சொன்னா கேக்கறீங்களா? இந்த வெறும் நோட்சை

வெச்சி என் கதைன்னு சொன்னா கூட யாரும் நம்ப மாட்டாங்க.' மாலதி துவங்கிவிட்டாள். 'அதை எல்லாம் விடு மாலதி. என் கதைகளுக்கு எல்லாம் எழுத்து வடிவாவது கிடைக்குமான்னு பல முறை யோசிச்சிருக்கேன். இப்ப எப்படியோ என்னோட 2 கதைக்கு திரை வடிவம் கிடைச்சிருக்கு. அதுல எனக்கு சந்தோஷம் தான்.' என வரவிருக்கும் விபரீதம் அறியாமல் அளந்துக் கொண்டிருந்தான்.

விளம்பர இடைவேளை முடிந்து அடுத்த போட்டியாளர் வித்யா மேடைக்கு வந்தார். 25 வயது மதிக்கத்தக்க நவீனத் தோற்றம் கொண்ட பெண். தொகுப்பாளினி கேட்டார், 'வித்யா, உங்க படத்தோட தலைப்பு?'.

'காதல் கல்யாணம்!'

அந்தத் தலைப்பைக் கேட்டதும் மோகனுக்கும் மாலதிக்கும் லேசான மின்சார அதிர்ச்சி. ஒருவரை ஒருவர் ஆழமாகப் பார்த்துக்கொண்டனர். திரை விரிந்தது...

திரையில் 'காதல் கல்யாணம்' (முழுமையான விவரிப்பு):

திரை இருளிலிருந்து மெல்லத் திறக்கிறது. ஒரு மெல்லிய நாதஸ்வர இசை பின்னணியில் ஒலிக்க, பூக்களால் அலங்கரிக்கப்பட்ட அந்த முதலிரவு அறை காட்டப்படுகிறது. கட்டிலில் புதுமணத் தம்பதிகள். அந்தப் பெண் மெல்லத் தலை நிமிர்ந்து தன் கணவனைப் பார்க்கிறாள். அவள் கண்களில் காதல் கலந்த ஒரு பயம் இருக்கிறது.

இதைக் கண்ட மோகன் மாலதி இருவரும் தலை மீது கை வைக்க, திரையில் இருந்த ஜோடி, இவர்கள் இருவர்களாக மாறியது போல் தோன்றியது.

'இது நம்ம பெத்தவங்களா முடிவு பண்ணி செஞ்ச கல்யாணமா இருந்தாலும் என்னை பொறுத்தவரை இது ஒரு காதல் கல்யாணம் தான்.' என ஒரு சிறு பயம் கலந்த தயக்கத்துடனே ஆரம்பித்தாள். புது மாப்ள மோகன் மாலதியை கேள்விக்குறியாக பார்க்க அவள் தொடர்ந்தாள், 'உங்கள முதல் முறையா எங்க பார்த்தேன் தெரியுமா? வசந்தம் டியூஷன் சென்டர்ல தான். நீங்க 12 ம் வகுப்பு பயிற்சிக்காக அங்க படிச்சிகிட்டு இருந்தீங்க. அப்பத் தான் நானும் அதே சென்டர்ல, 10 ம் வகுப்பு பயிற்சிக்காக சேர்ந்தேன்.' அவள் சொல்ல திரையில் காட்சிகள் பிளாஷ்பேக்காக வரத் துவங்கியது.

அவள் தொடர்ந்தாள், 'உங்கள முதல்ல பார்த்தப்ப எனக்கு பெருசா ஒன்னும் தோனலை. ஆனா போகப் போக உங்க மேல ஒரு ஈர்ப்பு வர ஆரம்பிச்சது. உங்ககிட்ட ஒரு வசீகரம் இருக்கிறதா உணர்தேன். எல்லாருக்கும் நல்லவன், யாரா இருந்தாலும் எளிதில் பழகி விடும் குணம், நட்புக்கு கொடுக்கும் மரியாதை, முக்கியமாக பெண்களிடம் கண்ணியமாக நடந்துக்கொள்ளும் விதம். இப்படி உங்க மேல நல்ல அபிப்ராயமும், மரியாதையுமா தான் ஆரம்பிச்சது.'

காட்சி 2: 'அப்படி இருக்குறப்ப தான் பி.காம். முடிச்சிட்டு நீங்க சி.ஏ பண்ண வெளியூர் போனீங்க. அப்ப தான் என்னோட காதல நானே உணர ஆரம்பிச்சேன். நீங்க காலேஜ் போயிட்டு இருந்தப்ப,

பல முறை கடந்து போகிற எங்க வீதி, அப்ப எனக்கு பாலைவனமா தெரிஞ்சது. நீங்க ஒவ்வொரு வாரமும் ஞாயிற்றுக்கிழமை ஊருக்கு வர்றப்ப, எறங்குற பஸ் ஸ்டாப் எதிர்ல தான் என் பாட்டி வீடு. எங்க வீட்ல என்ன வேலை இருந்தாலும் நீங்க வர்ற நேரத்துல ஏதாவது சாக்கு சொல்லிட்டு பாட்டி வீட்டுக்கு வந்திடுவேன். அந்த பால்கனில நின்னு உங்கள பார்த்தா தான் அந்த வாரமே முழுமை அடைஞ்ச திருப்தி.'

காட்சி 3: 'அப்படிதான் ஒரு வாரம் நீங்க வழக்கமா வர்ற பஸ்ல வரலை. அதுக்கப்புறம் ரொம்ப நேரமாகியும் நீங்க வரவே இல்ல. அன்னைக்கு ராத்திரியெல்லாம் எனக்கு தூக்கமே வரலை. உங்களுக்கு என்ன ஆச்சோ ஏதாச்சோன்னு பயத்துல காய்ச்சல் வந்திடுச்சி. அடுத்த நாள் உங்களை எங்க தெருவுல பார்த்தப்புறம் தான் நிம்மதி ஆச்சி. பல முறை என்னோட காதல உங்ககிட்ட சொல்லலாம்ன்னு நெனச்சிருக்கேன், ஆனா நீங்க மறுதுட்டீங்கன்னா, அதை எப்படி எடுத்துக்கறதுன்ற பக்குவம் வரல.'

'அப்படி இருந்தப்ப தான் வீட்ல கல்யாண சம்மந்தம் பார்க்க ஆரம்பிச்சாங்க. இனியும் தாமதப் படுத்தாம உங்க கிட்ட விஷயத்தை சொல்லிடலாம்னு முடிவு பண்ணினேன். ஆனா என்னோட அதிர்ஷ்டத்தை பார்த்தீங்களா, எனக்கு வந்த முதல் சம்மந்தமே நீங்க தான். விஷயம் தெரிஞ்சப்ப வந்த சந்தோஷம் இருக்கே, என் வாழ்க்கையில மறக்க முடியாது. அறையை சாத்திக்கிட்டு ஒரு டான்ஸ் போட்டேன் பாருங்க. இந்த உலகத்துல என்னைவிட அதிர்ஷ்டசாலி யாரும் இல்லை.'

காட்சி 4 (திருப்பம்): அவள் சொன்னதை எல்லாம் அமைதியாக கேட்டுக்கொண்டிருந்த மோகன், 'அடியே என் மக்கு பொண்டாட்டி ஒரு நிமிஷம் இரு வரேன்' னு சொல்லிட்டு அலமாரில இருந்து ஒரு கட்டு காகிதங்களை கொண்டு வந்தான். முதல் காகிதத்தை எடுத்து அவள் முன் வீசினான். பென்சிலில் வரைந்த அவள் முகம். திரைக் காட்சி டியூஷன் சென்டரில் மோகன் நோட்ஸ் எடுத்துக் கொண்டிருப்பதை போல தோன்றுகிறது. அருகில் காட்டுகிறார்கள் அவன் வரைந்து கொண்டிருப்பது மாலதியை. அடுத்து சில புகைப்படங்களை அவள் முன் வீசுகிறான். காட்சித் தொடர் அவள் வீட்டு முன் கோலம் போடும்போது ஒரு கிளிக், மொட்டை மாடியில் துணி காய போடுகிற போது ஒரு கிளிக், ஹச் என தும்மும் போது ஒரு கிளிக், பாட்டி வீட்டு பால்கனியில் பதற்றத்துடன் எதிர் பார்த்துக் கொண்டிருக்கும் போது ஒரு கிளிக். அடுத்தநாள் அவளுக்கு ஜுரம்ன்னு தெரிந்து அவள் வீட்டருகே காத்திருந்து, அவள் வெளியே வரும் போது வீட்டை கடந்து போகிறான்.

'உனக்கு கல்யாண ஏற்பாடு செய்யறாங்கன்னு தெரிஞ்சவுடன் எங்க அப்ப கிட்ட போய்' காட்சியாக தொடர்கிறது 'அப்பா, ஒரு பொண்ணு என்னை வெறித்தனமா காதலிக்கிறா. ஆனா பாவம் அந்த பொண்ணு என்கிட்டே சொல்ல பயப்படுறா. இப்ப அவங்க வீட்ல அவளுக்கு சம்மந்தம் பார்க்க ஆரம்பிச்சிட்டாங்க.' முதலில் அதிர்ச்சியாக கேடுக்கொண்டிருந்த அப்பா, 'அடியே உன் புள்ளைய பார்த்தியாடி எனக்கு கல்யாணம் பண்ணி வைங்கன்னு எவ்வளவு நாசூக்கா சொல்றான்னு'. அம்மா

மகிழ்ச்சியில் 'அவரு கெடக்குறாரு, நீ சொல்லு டா யாரு பொண்ணு?' என்று ஆர்வமாக கேட்கிறாள். 'நம்ம பஸ் ஸ்டாப் பக்கத்துல இருக்கே அண்ணாச்சி கடை, அவரோட பேத்தி மாலதி மா.'

முதலிரவு அறையில் 'இந்தளவுக்கு காதலிக்கிற உன்னைத் தவிர வேற யாரு எனக்கு சரியான ஜோடியா இருக்க முடியும்?' என்று அவன் சொல்ல, அவள் சந்தோஷத்தில் அவனை இறுக்கி அணைத்துக் கொள்கிறாள். 'இயக்கம் - வித்யா' என்று படம் முடிகிறது.

நிஜ உலகில், சோபாவில் அமர்ந்திருந்த மோகனுக்கும் மாலதிக்கும் மூச்சே நின்றுவிட்டது போன்ற ஒரு உணர்வு. 'இந்த கதையை கூட யார் கிட்டயாவது சொன்னீங்களா, என்ன?' மாலதி பயத்துடன் கேட்டாள்.

'ஏய், இதெல்லாம் போய் எப்படி மத்தவங்ககிட்ட சொல்லுவேன். ஏதோ நம்ம கதை நம்மை சார்ந்த கொஞ்சம் பேருக்கு தெரியும் தான். ஆனா முதலிரவு காட்சி அப்படியே நம்ம முதலிரவை கண் முன்னாடி காட்டின மாதிரி இருந்தது.'

மோகன் வேகத்துடன் எழுந்து தன் கணினியைத் திறந்தான். 9 ஆண்டுகளுக்கு முந்தைய தனது டிஜிட்டல் டைரியைச் சோதித்தான். ஜூன் 10, 2001 - 'காதல் கல்யாணம்' என்ற தலைப்பில் அவன் அன்று எடுத்த நோட்ஸ் அப்படியே இருந்தது.

இதோ இப்போ இருவரின் நினைவுகளும் 9 ஆண்டுகள் பின்னோக்கிச் சென்றது. 'என்னங்க அலுவல்

வேலையா?' கேட்டுக்கொண்டே படுக்கை அறைக்குள் வந்து கதவை அடைத்தாள்.

கணினியில் ஏதோ குறிப்பு எதுத்துக் கொண்டிருந்தான் மோகன். அவள் குரலை கேட்டு 'ஓ உனக்குத் தெரியாது இல்ல. எனக்கு ஒரு பழக்கம் இருக்கு. அலுவல் வேலையை வீட்லையும், சொந்த வேலையை ஆபீஸ்லையும் செய்ய மாட்டேன்.' என்று அவள் கேள்விக்கு பதிலளித்தான்.

'அட இது நல்ல கொள்கையா இருக்கே. இப்படியே இருந்தா நல்லாத் தான் இருக்கும். அது சரி இப்ப என்ன பண்ணிட் இருக்கீங்க?' மறுபடியும் கேள்வி.

'என்னை சுத்தி நடக்குற சில சம்பவங்களை மையமா வெச்சு, அதுல என்னோட கற்பனையை கலந்து, ஒரு கதை ஓடும். அதுக்கு ஒரு தலைப்பு கொடுத்து அதை குறிப்புகளா எழுதி வெச்சிக்குவேன். அப்படித்தான் நம்ம கல்யாணம் நிச்சயமானதும் பல பேர் பல கருத்துக்களை சொன்னங்க. அதை ஒரு தொகுப்பா சேர்த்து ஒரு கதை தோணிச்சி. அதைத் தான் குறிப்புகளா எழுதிக்கிட்டு இருக்கேன்.' அப்படி அவன் சொன்ன போது பிரம்மிப்பாக அவனை பார்த்தாள் மாலதி.

'ரொம்ப சுவாரஸ்யமா இருக்கே. ஏதாவது முழுக் கதை எழுதி இருக்கீங்களா?' என்று மிகவும் ஆர்வமாக கேட்டாள்.

'இல்லை மாலு. இதுவரைக்கும் எழுதலை. என்னைக்காவது ஒரு நாள் எழுதுவேன். அதுக்கான நேரம் இன்னும் வரலை.' என்று சொல்லி நிறுத்தினான்.

புது மனைவி அல்லவா, அதனால் மாலதி எதுவும் சொல்லாமல் 'ஒ, சரி சரி' என தலையை ஆட்டினாள்.

'என்னோட சோம்பேறி தனத்துக்கு அப்பப்ப இப்படித் தான் சப்பை கட்டு கட்டுவேன், நீ பெருசா எடுத்துக்காத. என்னைக்காவது ஒரு நாள் கண்டிப்பா எழுதுவேன்.' என சொல்லி வழிந்தான் மோகன்.

'அட அப்ப நம்மளோட கல்யாணக் கதையை கூட எழுதலாமே. நல்லா இருக்குமே' என்று அவள் சொன்னதைக் கேட்டு, 'அட இது நல்லா ஐடியாவா இருக்கே' என்று சொல்லி விட்டு, 'காதல் கல்யாணம்' என்று தலைப்பை டைப் செய்தான்.

'அட தலைப்பு நல்லா இருக்கே. என்ன குறிப்பு எழுதப் போறீங்க?' என்று அவள் ஆர்வமாக கேட்டாள். 'அது ரொம்ப ஈஸி' என சொல்லி 'என் முதலிரவு' என டைப் செய்தான்.

'இதை பார்த்தியா, அன்னைக்கு டைப் செஞ்சதோட சரி. அதுக்கப்புறம் ஒரு குறிப்பும் எழுதலை.' கணினித் திரையை காட்டினான்.

'என்னங்க, ஏதாவது பண்ணுங்க. எனக்கு பயமா இருக்கு.' உண்மையிலேயே அவள் பயந்துத்தான் இருந்தாள்.

'பயப் படாத மாலு. இனிமேத் தான் நாம தைரியமா இருக்கனும். எல்லாம் நான் பார்த்துக்கறேன்' என்று அவளுக்கு ஆறுதல் சொன்னான்.

இதற்கிடையில் தொலைக்காட்சியில் விளம்பர இடைவேளை முடிந்து நிகழ்ச்சியின் நிறைவுப்

பகுதிக்கு வந்தது. தொகுப்பாளி, நடுவர்கள் மற்றும் சிறப்பு விருந்தினர் ஒருவருக்கு ஒருவர் ஏதோ பேசிக்கொண்டிருந்தனர். சில நொடிகளில் தொகுப்பாளி போட்டி இயக்குனர்கள் நால்வரையும் மேடை மீது அழைத்தாள்.

நடுவர் குமரனாதன் ஆரம்பித்தார். 'இந்த முதல் சுற்று படங்களை பார்க்குறப்ப ரொம்ப பிரம்மிப்பா இருக்கு. ஒவ்வொரு படமும் ஒவ்வொரு விதத்தில் சிறப்பா வந்திருக்கு. கார்த்திக்கோட 'காதல் அலைவரிசைல 10 நிமிஷத்துல எல்லாமே இருந்தது. ஒரு காதல், வில்லத்தனம், நகைச்சுவைன்னு எல்லாமே சேர்த்து கதை ரொம்ப நேர்த்தியா கையாளப் பட்டிருக்கு'. திரையில் கார்த்திக்கை காட்ட மோகனும் மாலதியும் கூர்ந்து கவனித்தனர். கார்த்திக் கண்டிப்பாக வயது 30 தாண்டவில்லை 27 அல்லது 28 வயது இருக்கும். கண்ணாடி அணிந்திருந்தான். மீசை இல்லை. நீளமான தலை முடி லேசாக கலைந்திருந்தது. அதைப் பற்றி கவலைப் பட்டவனாக தெரியவில்லை.

'இரண்டாவதா நம்ம பாலாஜியோட சொல்லப் படாத காதல் கதை. படத்தை பொறுத்தவரை, அந்த கடைசி பன்ச்ச மட்டுமே நம்பி எடுத்தாலும் தொழில்நுட்ப ரீதியில் ரொம்ப நல்லா எடுக்கப் பட்டிருக்கு. குறிப்பா நடிகர்கள் ரொம்ப நல்லா நடிச்சி இருந்தாங்க.' இப்ப பாலாஜியை காட்ட சுமார் 25 வயது இருக்கும். நல்லா உயரம். நல்ல உடல் வாகு என பார்ப்பதற்கு திரைப்படங்களில் நாயகனாக நடிக்க எல்லா தகுதியும் உடையவன் போல இருந்தான்.

'சிங்கமுத்துவோட கிசு கிசு கிச்சு கிச்சு தலைப்பு கேட்பதற்கு நகைச்சுவையா இருந்தாலும். படத்துல

நட்பு காதல்லு உணர்ச்சிகளை அழகா சொல்லி இருக்காரு. வித்யாவோட காதல் கல்யாணம் ஒரு விருந்துன்னே சொல்லலாம். திரைக் கதை ரொம்ப புதுமையா இருந்தது'. என்று சொல்லி நடுவர் குமாரனாதன் முடித்தார்.

இரண்டாவது நடுவர் இந்திரசேனன் 'நாம முதல்லையே சொன்ன மாதிரி ஒவ்வொரு படத்துலையும் நிறையும் குறையும் கலந்தே இருந்தது. என்னத்தான் குறைகள் இருந்தாலும் நம்ம குமாரனாதன் சொன்ன மாதிரி ஒவ்வொருத்தர் கிட்டையும் ஒரு தனித்துவம் இருக்கு. அதுவும் இல்லாமல் இதுதான் நிகழ்ச்சியின் ஆரம்பம் இல்லையா, அதனால இந்த முதல் சுற்றுல யாரையும் நாங்க நீக்குறதா இல்லை.' என்று சொல்ல, அரங்கம் முழுவதும் ஒரே கை தட்டல்.

'அடுத்த சுற்றுல ஒவ்வொருத்தருக்கும் சொல்லப்பட்ட குறைகளை நிறைகளா மாத்தி அசத்துங்க.' என்று சொல்லி முடித்தார். அதன் பின் சிறப்பு விருந்தினர் நிகழ்ச்சியைப் பற்றி பேச, கடைசியில் தொகுப்பாளி வந்து நிகழ்ச்சியை முடித்தாள்.

'சிங்கமுத்துவை தவிர மத்த 3 பேரும் உங்கள விட கொறஞ்சது 7, 8 வயசு சின்னவங்களா இருப்பாங்க போல இருக்கு.' மாலதி சொல்ல

'ஆமா அப்படித் தான் தெரியுது. வெரி இண்டரஸ்டிங், கொஞ்சம் சீரியஸா இதபத்தி துப்பறிய வேண்டி இருக்கும்னு தோணுது. முதல்ல கதிர் கிட்ட பேசனும்.'

'யாரு, ஹெட் ஆபீஸ்ல வேலை செய்றாரே உங்க நண்பர். அவரா?'

'ஆமான் அவன் தான் அந்த தொலைகாட்சி நிறுவனத்தின் கணக்கை பார்த்துக்கறான். அதுவும் இல்லாம அவனுக்கு சொல்லப்படாத காதல் கதை நல்லாவேத் தெரியும்.'

மோகன் உடனடியாகத் தனது நண்பன் கதிரவனை அழைத்தான்.

போன் எடுத்ததுமே கதிரவன் அதிர்ச்சியைக் கொடுத்தான். 'ஏய் மோகன்! நானே உனக்கு போன் பண்ணனும்னு நினைச்சேன். என் அக்கா பையன் பாலாஜியை உனக்கு எப்படித் தெரியும்? அவன் நாளைய இயக்குனர்ல ஒரு படம் எடுத்திருக்கான். அந்தப் படம் நீ என்கிட்ட ஒரு தடவை சொன்ன கதை மாதிரியே இருந்ததுடா!'

மோகனுக்குத் தலை சுற்றியது. தனது மிக நெருக்கமான நண்பனின் உறவினரே தனது கதையை எடுத்திருக்கிறாரா? 'கதிர்... அந்தப் பாலாஜியை நான் இதுக்கு முன்னாடி பார்த்ததே இல்லை. ஆனா அந்த நிகழ்ச்சியைச் சுத்தி ஏதோ ஒரு பெரிய மர்மம் இருக்குடா. நான் நாளைக்கு நேர்ல வந்து பேசுறேன்,' என்று சொல்லிவிட்டுப் போனை அணைத்தான்.

* * *

அத்தியாயம் 07

பூங்காவில் ஒரு மர்மப் பேச்சு

ஞாயிறு காலை சுமார் 7:30 மணி. ஆர். கே. புறம் ராமஸ்வாமி தெரு. மார்கழி மாதம் என்பதால் ஞாயிற்றுக்கிழமையாக இருந்தாலும் அனைத்து வீடுகளிலும் வாசல் தெளித்துக் கோலம் போடப்பட்டிருந்தது. அருகில் இருந்த கோவிலில் பஜனை சத்தம் இதமாக ஒலித்துக் கொண்டிருந்தது.

தெருவின் இரண்டு புறமும் ஐம்பது அடிக்கு ஒரு மரம். அந்த காலத்தில் மாநகரக் வீட்டு வசதி வாரியத்தால் கட்டப்பட்ட அந்த நகர், காலப்போக்கில் குடியிருந்தவர்களால் சொந்தமாக்கிக்கொள்ளப்பட்டு, அவரவர் விருப்பத்திற்கேற்ப வீடுகள் மாற்றி அமைக்கப்பட்டிருந்தன. வீட்டு எண் 333 - கதிரவனின் அப்பா, ஆசிரியர் கலியாணசுந்தரத்தால் வாங்கப்பட்ட வீட்டை, காலத்திற்கேற்ப நவீன வசதிகளுடன் மாற்றி அமைத்திருந்தான் கதிர்.

முப்பதுக்கு எழுபது அடி பரப்பளவை உள்ளடக்கிய காம்பவுண்டு. இருபத்திரண்டுக்கு ஐம்பது அடி பரப்பளவில் கட்டப்பட்ட வீடு. வீட்டைச் சுற்றி நான்கு புறமும் பசுமையான தோட்டம். வேகமாக அடுக்குமாடி குடியிருப்புகளாக மாறி வரும் அந்த மாநகரத்தில், அப்படிப்பட்ட ஒரு வீட்டையும் வீதியையும் பார்ப்பதற்கு மனதிற்கு நிறைவாக இருந்தது.

வீட்டின் முன் மோகனின் கார் வந்து நின்றது. கதிரின் மகன் பாலு வீட்டுக்குப் போகிறான் என்று தெரிந்ததும், நித்யாவும் அவனோடு வேகமாகத் தயாராகி வந்துவிட்டாள். இருவரும் காரிலிருந்து இறங்கி கேட்டைத் திறந்து உள்ளே நுழைந்தார்கள். தோட்டத்தில் செடிகளுக்குத் தண்ணீர் பாய்ச்சிக் கொண்டிருந்தார் ஓய்வு பெற்ற ஆசிரியர் கலியாணசுந்தரம்.

'யாரு, மோகன் தம்பியா? வாப்பா உள்ள. அட இது யாரு, நித்யா குட்டியா?' அவளைப் பார்த்துப் புன்னகைத்தார். 'தாத்தா பாலு எங்க?' என்று கேட்டாள் நித்யா. 'துரை இப்பதான் எழுந்தாரு. உள்ள போய் பாருமா' என்று சொல்லி அவளை உள்ளே அனுப்பினார்.

கதிரும் அப்போதுதான் தயாராகி வெளியே வந்தான். 'வாடா மோகன். இன்னைக்கு வீட்டுக்கு வரேன்னு சொன்ன, இவ்வளவு காலைல வருவன்னு எதிர்பார்க்கல.' மோகனின் முகத்தில் இருந்த பதற்றத்தைப் பார்த்துக் கதிர் கவலைப்பட்டான். 'உன்னைப் பார்த்தா விஷயம் ரொம்பச் சிக்கலா இருக்கும் போல இருக்கே? வேலையில ஏதாவது பிரச்சனையா?'

அதற்குள் ஆசிரியர் கலியாணசுந்தரம் குறுக்கிட்டு, 'என்னப்பா ஏதோ பதட்டமா இருக்கே?' என்று கேட்க, மோகன் 'அப்படி எல்லாம் இல்லைப்பா. கொஞ்சம் உடம்பு சரியில்லை, அதுதான்' எனச் சொல்லிச் சமாளித்தான். 'சரிப்பா உடம்பைப் பாத்துக்கோ' எனச் சொல்லிவிட்டு அவர் மீண்டும் தோட்ட வேலைக்குச் சென்றார்.

மோகன் கதிரைப் பார்த்து, 'விஷயம் ரொம்பச் சிக்கல் தான் கதிர். இங்க வேணாம், வா நடந்துகிட்டே பேசலாம்' என்றான். ஜாக்கிங் போகத் தயாராக இருந்த கதிர், 'ஒரு நிமிஷம் இரு, ஷூ போட்டுக்கிட்டு வந்திடறேன்' எனச் சொல்லிவிட்டு நொடிகளில் திரும்பினான்.

அவர்கள் வெளியே கிளம்புவதைப் பார்த்த பாலுவும் நித்யாவும் கூடவே கிளம்பிவிட்டார்கள். 'நீங்க உள்ளயே விளையாடுங்க' என மோகன் சொல்லியும் அவர்கள் கேட்டபாடில்லை. 'குழந்தைங்கதானே, வரட்டும் விடு' என்றான் கதிர்.

'நித்யா அங்க பாரு ஒரு பார்க் தெரியுது, அங்கதான் போறோம். பாலு கையப் புடிச்சுக்கோ. நீங்க ரெண்டு பேரும் முன்னாடி போங்க. ரோடு ஓரமாவே போகணும், சரியா? நாங்க ரெண்டு பேரும் பின்னாடியே வரோம்,' எனச் சொல்லி அவர்களை வழிநடத்தினான் மோகன். அவர்கள் கொஞ்சம் தூரம் நடக்க ஆரம்பித்தவுடன் மோகனும் கதிரும் பின்னால் பேசிக்கொண்டே நடந்தார்கள்.

'இந்தக் காலத்துக் குழந்தைகளுக்கு எல்லாமே தெரியுதுடா கதிர். இதோ நித்யா இருக்காளே... நாம கோடு போட்டா அவ ரோடே போடுவா. நாம ஏதாவது கதை சொல்லி அவளுக்குப் பிடிக்கலன்னா, அதே கதையை அவளுக்குப் புடிச்ச மாதிரி மாத்தி நமக்கே சொல்லுவா,' என நித்யாவின் புத்திசாலித்தனத்தைக் கதிரின் காதில் கிசுகிசுத்தான். 'உன் பொண்ணாச்சே, அப்புறம் எப்படி இருப்பா?' எனக் கதிர் சிரித்தான்.

பூங்காவிற்குள் நுழைந்து ஒரு ஓரமாக நின்றவுடன், மோகன் கடந்த சில நாட்களாக நடந்த அத்தனை விஷயங்களையும் கொட்டித் தீர்த்தான். டைரியில் இருந்த கதைகள், 'காதல் அலைவரிசை' தொடங்கி 'காதல் கல்யாணம்' வரை அனைத்தும் திரையில் வந்த மர்மத்தை விளக்கினான்.

'நீ மாலதியைக் காதலிச்சு கல்யாணம் பண்ணிக்கிட்டேன்னு தெரியும். ஆனா அதுக்கு பின்னாடி இப்படி ஒரு ரொமாண்டிக் கதை இருக்கிறது தெரியாமப் போச்சே!' என மோகனைப் பார்த்துத் தமாஷாகச் சிரித்தான் கதிர்.

மோகன் கடுப்பானான். 'கேலி செய்யற நேரமா இது கதிர்? அதை ரசிக்கிற நிலைமையில நான் இல்லைடா.'

'சரி சரி, வந்ததுல இருந்து ஏதோ இறுக்கமாவே இருக்கியேன்னு உன்னைச் சிரிக்க வைக்கலாமேன்னு பார்த்தேன். இப்போ விஷயத்துக்கு வருவோம். பாலாஜியைப் பத்தி கவலைப்படாதே. அவன் என் அக்கா பையன் தான். அவனைப் பத்தி எனக்கே கொஞ்சம் தெரியும். மத்த ரெண்டு பேரு கார்த்திக், வித்யா... அவங்களைப் பத்தி ஏன் பாலாஜிகிட்டயே கேட்கக் கூடாது? அவனுக்கே அவங்களைத் தெரிஞ்சிருக்கலாம் இல்லையா?' என்றான் கதிர்.

'நீ சொல்றதெல்லாம் சரிதான் கதிர். ஆனா நாம அவங்களைப் பத்தி விசாரிக்கிறது யாருக்கும் தெரியக்கூடாது. முக்கியமா அந்த மூணு இயக்குநர்களுக்கும் தெரியக்கூடாது,' என எச்சரித்தான் மோகன்.

'சரி சரி புரியுது, யாருக்கும் தெரியாமப் பாத்துக்கறேன்' என்று கதிர் சொல்லி முடிக்கும் போதே இருவரும் திடுக்கிட்டனர். நித்யா அவர்களுக்கு மிக அருகில் நின்று அவர்கள் பேசுவதைக் கேட்டுக் கொண்டிருந்தாள்.

'இந்தக் கதை எனக்குத் தெரியுமே!' என நித்யா திடீரெனச் சொன்னாள். மோகன் ஆச்சரியமாக, 'உனக்கு எப்படித் தெரியும்?' எனக் கேட்டான். 'ஒரு வாரமா நீயும் அம்மாவும் இதைத்தானே பேசிக்கிட்டு இருந்தீங்க?' என அவள் சொல்ல, மோகன் நிம்மதிப் பெருமூச்சு விட்டான்.

'சரி இதுக்கப்புறம் கதையை நான் சொல்றேன்' என ஆரம்பித்தாள் நித்யா. 'இப்ப நீங்க ரெண்டு பேரும் பாலாஜி அண்ணனைத் தேடிப் போவீங்களாம். பாலாஜி நீ அடுத்த படம் என்ன எடுக்கப் போறன்னு கேட்பீங்களாம். அப்போ அவர் 'அப்பா நீ எனக்கு சின்ன வயசுல சொன்னியே 'தாத்தா பாட்டி' கதை, அதுதான் என் அடுத்த படம்›னு சொல்லுவாராம். அப்போ நீங்க ரெண்டு பேரும் அதிர்ச்சில என்கிட்ட ஓடி வருவீங்களாம். இது எப்படி இருக்கு? ஹ ஹ ஹா' எனச் சிரித்தாள்.

மோகனும் கதிரும் ஒருவரை ஒருவர் பார்த்து முறைத்துக் கொண்டனர். 'தாத்தா பாட்டி கதை' - இது மோகன் தன் டைரியில் எழுதி வைத்திருக்கும் அடுத்த கதை! நித்யா விளையாட்டாகச் சொன்னாலும் அது நிஜமாகவே நடந்துவிடுமோ என்ற பயம் மோகனுக்கு ஏற்பட்டது.

‘வர வர உன் கற்பனைக்கு அளவே இல்லாமப் போயிடுச்சு,’ எனச் செல்லமாக அவளைத் தட்டினான் மோகன். ‘சரி பாலு எங்க?’ எனக் கதிர் கேட்க, ‘அப்பவே தாத்தா வந்து கூட்டிட்டுப் போயிட்டாரு மாமா’ என்றாள் நித்யா.

கதிர் கிளம்பும் முன், ‘மோகன், நான் பாலாஜி இல்லாத நேரமா அவங்க வீட்டுக்குப்போய் என்ன ஏதுன்னு விசாரிச்சிட்டு வர்றேன்’ எனச் சொன்னான். மோகன் சரி எனத் தலையாட்டினான். ‘இப்ப வா வீட்டுக்குப் போய் ஒரு காபி குடிக்கலாம்’ எனக் கதிர் அழைக்க, மோகன் மறுத்துவிட்டான். ‘இல்ல கதிர், நித்யா தூங்கி எந்திரிச்ச உடனே பல்லு கூடத் தேய்க்காம ஓடி வந்துட்டா. நான் இப்பவே கிளம்புறேன்,’ எனச் சொல்லி அங்கிருந்து விடைபெற்றான்.

* * *

அத்தியாயம் 08

திரைக்குப் பின்னால் ஒரு ஷோமேன்

‘திருவிழா... அதுதான் அடுத்த தலைப்பு மாப்ள! அதுக்காகத்தான் அவன் நம்ம நாமபுரம் திருவிழாவை நேரடியா படம் பிடிக்கப் போயிருக்கான். அவன் இப்படித்தான், என்னை மாதிரியே புதுசா எதாவது யோசிச்சுக்கிட்டே இருப்பான்,’ - அக்கா புருஷன் அம்பலவாணன் கதிரைப் பார்த்துக் பெருமையுடன் அளக்க ஆரம்பித்தார்.

கதிர் அதைச் சகித்துக்கொண்டு கேட்டான். அம்பலவாணன் தொடர்ந்தார், ‘அப்படித்தான் ஒருமுறை ‘கருவிழிகள்’ படம் பார்த்துட்டு அந்த இயக்குநருக்கு ஒரு கடிதம் எழுதினேன். அந்தப் படத்தை இப்போ புதுசா வந்திருக்கே... ம்... அது என்னது?’ எனச் சில நொடிகள் யோசித்துவிட்டு, ‘ஆப்டிகல் கேமரால எடுத்தா இன்னும் நல்லா இருந்திருக்கும்னு சொன்னேன். அதுக்கப்புறம்தான் அந்தப் பய ‘இருண்ட வானம்’ படத்தை ஆப்டிகல் கேமரால எடுத்து அது பெரிய வெற்றி அடைஞ்சது’ என்று சொல்லிப் பெருமையாகச் சிரித்தார்.

‘போதும் மாமா, விட்டுடுங்க... தாங்க முடியல!’ என்று மனதிற்குள் நினைத்துக் கொண்டான் கதிர். ‘சரி மாமா,

இதோ வரேன்' எனச் சொல்லிவிட்டு அங்கிருந்து நழுவி வேகமாகச் சமையலறைக்குள் சென்றான்.

உள்ளே அவனுக்காகக் காபி போட்டுக் கொண்டிருந்தாள் அக்கா. 'எப்படிக்கா இந்த ஆளோட இத்தனை வருஷம் குப்பை கொட்டுற? எப்படித்தான் இவரால மட்டும் முடியுதுன்னு தெரியலை. கொஞ்சம் கூடக் கூச்சமே இல்லாம அளந்து விடுறாரே!' என அங்கலாய்த்தான் கதிர்.

'இதென்ன புதுசா? அவரைப் பத்தி விடுடா. அவரைப் பார்த்துப் பார்த்து, இந்த பாலாஜி பயலும் அதே மாதிரியே பேச ஆரம்பிச்சுட்டான்டா. அதுதான் எனக்குப் பயமா இருக்கு. அவனுக்கு நல்ல திறமை இருக்கு, ஆனா இவரை மாதிரியே பேசிக்கிட்டு இருந்தான்னா சீக்கிரமே காணாமப் போயிடுவான்,' என்று தம்பியிடம் தன் ஆதங்கத்தைக் கொட்டினாள்.

'நீ கவலைப்படாதே அக்கா, அப்படி எல்லாம் ஆக மாட்டான். நான் பார்த்துக்கறேன்,' என ஆறுதல் சொன்னான் கதிர். 'அது சரி, இதென்ன புது அவதாரம், இயக்குனர்னு?'

'ஆமாண்டா. நீ பார்த்தியா? நல்லா படம் எடுத்திருக்கான் இல்ல? என்னால நம்பவே முடியல! ஏதோ நாலு சினேகிதர்களைச் சேர்த்துக்கிட்டு சும்மா படம் காட்டிக்கிட்டு இருக்கான்னுதான் நினைச்சேன். ஆனா டிவியில அவனைப் பார்த்ததும் என் கண்ணுல தண்ணியே வந்துடுச்சுடா!' என ஒரு தாயின் ஆனந்தத்தை வெளிப்படுத்தினாள்.

‘ஆமாம்க்கா, நான் கூடப் படத்தைப் பார்த்தேன். நல்லா எடுத்திருக்கான். எனக்கும் பெருமையா இருந்தது. சரி, என் முதல் பொண்டாட்டி எங்க இருக்கா?’ என்று கதிர் சிரித்துக் கொண்டே கேட்டான்.

‘இன்னும் என்னடா பொண்டாட்டின்னு கூப்பிட்டுக்கிட்டு இருக்க? வயசுக்கு வந்த பொண்ணு. இன்னும் ரெண்டு வருஷத்துல அவளுக்குக் கல்யாணம் பண்ற வயசு வந்திடும்,’ எனச் சொல்லும்போதே ஒரு சராசரித் தாய் அங்கே வெளிப்பட்டாள்.

‘ராதா எங்கேக்கா?’

‘+2 வந்தாலும் வந்தா, ஏதோ கலெக்டருக்குப் படிக்கிற மாதிரி எப்பப் பார்த்தாலும் படிக்கப் போறேன்னு சொல்லிட்டு மாடிக்கு போயிடறா. அவ ரூம்லயே தான் அடைஞ்சு கிடக்குறா,’ என்றாள் அக்கா. ‘சரி இரு, நான் அவளைப் பார்த்துட்டு வர்றேன்’ எனச் சொல்லிவிட்டு கதிர் மாடிக்குச் சென்றான்.

‘மாமா!!! எப்ப வந்தீங்க? எங்க வாலுப் பையன் பாலு?’ என்று தன் அறைக்குள் வந்த கதிரைப் பார்த்து உற்சாகத்தில் கத்தினாள் ராதா. ‘அவன் வரலை ராதா. அது சரி, நீ என்னமோ பரீட்சைக்குப் படிச்சுக்கிட்டு இருக்கேன்னு சொன்னாங்க, நீ என்னடான்னா கம்ப்யூட்டர்ல சேட் பண்ணிக்கிட்டு இருக்க?’

‘அப்பா அம்மா தான் கம்ப்யூட்டரைத் தொட்டாலே ஏதோ தப்பு பண்றேன்னு நினைக்கிறாங்க. நீங்க கூடவா மாமா?’ என அவள் முகம் கொஞ்சம் வாடிப்போனது. ‘இல்லடா, உன்னைச் சும்மா வம்புக்கு இழுத்தேன்,

அவ்வளவுதான்,' என அவளை ஆறுதல்படுத்தினான் கதிர்.

சிறிது நேரம் அவள் படிப்பு, பள்ளி, ப்ராஜெக்ட், நண்பர்கள் பற்றி எல்லாம் பேசிவிட்டு மெல்லப் பாலாஜியைப் பற்றி ஆரம்பித்தான். 'உங்க அண்ணன் படம் எல்லாம் எடுத்து ரொம்ப பாப்புலர் ஆயிட்டான் போல இருக்கு?'

'அவனைப் பத்திப் பேசாதீங்க மாமா. அவன் ஒரு வீணாப்போனவன். சும்மா வாய்ல வடை சுடத்தான் லாயக்கி,' என்றாள் ராதா. அவள் கண்களில் கோபமும், பேச்சில் ஆத்திரமும் தெரிந்தது. 'அப்படித் தெரியலையே ராதா, நல்லாதான் படம் எடுத்திருக்கான்.'

'அந்தக் கூத்தை ஏன் கேக்குறீங்க! என்கிட்ட நாலு கதையைக் காட்டி இதுல எது உனக்கு ரொம்பப் பிடிக்காத கதைன்னு கேட்டான். நானும் நாலு கதையையும் படிச்சுட்டு, இந்தக் கதைதான் ரொம்பச் சுமாரா இருக்குன்னு 'சொல்லப்படாத காதல்' கதையைச் சொன்னேன். சரி, அப்போ அதைத்தான் படமா எடுக்கப் போறேன்னு சொல்லி வீம்புக்கே அதை எடுத்தான்.'

கதிர் அதிர்ச்சியில் சிரித்தான். 'உன் மேல அவ்வளவு நம்பிக்கையா அவனுக்கு?'

'அவன் ஒரு மடையன் மாமா. அவன் என்னை வம்புக்கு இழுத்தது கூட எனக்குக் கோபம் வரலை. மத்த மூணு கதையும் அருமையா இருந்தது. அதுல ஒன்னைப் படமா எடுத்து இருந்தான்னா இன்னும் நல்லா இருந்திருக்கும். இவனும் சரி, இவனோட

நண்பர்களும் சரி ரொம்ப நல்லா நடிப்பானுங்க. அவங்க நடிப்புக்கும் சவாலா இருந்திருக்கும். அதை விட்டுட்டு சும்மா வீம்புக்கே ஒரு படம் எடுத்தான் பாருங்க, அதுதான் எனக்கு ஆத்திரமா வருது,' என்றாள் ராதா. அதில் அண்ணன் மீது அவளுக்கு இருக்கும் அக்கறையும் தெரிந்தது.

'சரி, சரி, அதுதான் நடுவர்கள் அவன் கதையைப் போட்டு கிழிச்சுட்டாங்க இல்ல. இனிமே திருந்திடுவான். அவன் அப்பப்ப ஸ்டேஜ் ப்ளேல எல்லாம் கலந்துக்குவான்னு தெரியும். கதை கூட எழுதுவானா?' எனக் கதிர் ரகசியங்களைக் கறக்கத் தொடங்கினான்.

'கதை எழுதுறது மட்டும் இல்லை மாமா. பெரும்பாலும் அவனோட ஸ்டேஜ் ஷோவை அவனே தான் இயக்குவான். அவனோட இணைய பக்கத்துல (showmanbaalaaji.com) போனீங்கன்னா அவனோட எல்லா வீடியோக்களையும் பார்க்கலாம்.'

'அவனோட கதைகள் கூட அதுல இருக்குமா?'

'இல்ல மாமா, அவன் கதைகளை எப்பவுமே வெளியிட மாட்டான். அதை ரகசியமாத்தான் வெச்சிருப்பான். காட்சிகளா காட்டுறது தான் அவனுக்குப் பிடிக்கும். பல சமயம் அவன் கதைகளை எழுதக்கூட மாட்டான், மனசுல வெச்சுக்கிட்டே காட்சிகளா அமைச்சுடுவான்.'

'அரை நிக்கர் போட்டுக்கிட்டு, மூக்கு ஒழுக வந்து, 'மாமா எனக்கு ஐஸ்கிரீம் வாங்கிக் கொடு'ன்னு கேட்ப்பான். அவனுக்குள்ள இவ்வளவு திறமை இருக்குன்னு தெரியுறப்ப ரொம்பப் பிரம்மிப்பா இருக்கு,' என்றான் கதிர். 'சரி ராதா, அந்த நாலு கதை

உனக்கு சொன்னான்னு சொன்னியே, மத்த மூணு கதை உன்கிட்ட இருக்கா?'

'இருக்கு மாமா. அவன் எனக்கு மின் அஞ்சல்ல தான் அனுப்பினான். நான் உங்களுக்கு அனுப்பறேன். ஆனா அவனுக்குத் தெரியாமப் பார்த்துக்கோங்க. அவனுக்குத் தெரிஞ்சதுன்னா அதுக்கப்புறம் என்கிட்ட எதையும் சொல்லவே மாட்டான்.'

'சரி, நான் பார்த்துக்கறேன்,' என உறுதி அளித்த கதிர், தான் எதிர்பார்த்ததை விடப் பாலாஜியைப் பற்றி நிறைய தகவல்கள் கிடைத்த திருப்தியில் அனைவரிடமும் விடைபெற்றுக்கொண்டு கிளம்பினான்.

* * *

அத்தியாயம் 09

இணையத்தில் கசிந்த ரகசியங்கள்

மோகனின் வீடு. இரவு நேரத்தின் நிசப்தத்தில் கணினித் திரையின் வெளிச்சம் மட்டும் அந்த அறையில் பரவியிருந்தது. மோகன் பாலாஜியின் இணையதளப் பக்கத்தை (showmanbaalaaji.com) திறந்தான். அருகில் கதிரும் மிகுந்த ஆர்வத்துடனும் படபடப்புடனும் பார்த்துக் கொண்டிருந்தான்.

முதல் பக்கத்தில் இருந்த வீடியோக்களின் தலைப்புகளைப் பார்த்த மோகன் அப்படியே சிலையாக உறைந்து போனான். அவன் கண்கள் அகல விரிந்தன.

'கதிர்... இதெல்லாமே என்னோட கதைகள் தான்டா!' எனத் தழுதழுத்த குரலில் சொன்னான் மோகன். 'இந்தக் கதையைப் பாரு... 'குள்ள நரி - குட்டிச் சாத்தான்'. நம்ம கிருஷ்ணமூர்த்தி சாரும் அவரோட நண்பர் சண்முகமும் தினசரி ஆபீஸ்ல போட்டுக்குற சண்டையை மையமா வெச்சு, குழந்தைகள் ரசிக்கிற மாதிரி நான் எழுதின கதை,' என ஒரு வீடியோவைச் சுட்டிக்காட்டினான். அது பாலாஜியின் பள்ளிப் பருவத்து நாடக வீடியோ தொகுப்பு.

சில நிமிடங்கள் அந்த வீடியோவைப் பார்த்த கதிர் விழுந்து விழுந்து சிரிக்க ஆரம்பித்தான்.

'அட ஆமாண்டா! இந்த நரியும் சாத்தானும் போட்டுக்குற சண்டையைப் பார்த்தா, நம்ம பழைய ஆபீஸ் தான் ஞாபகம் வருது. எவ்வளவு தமாஷா இருக்கும்! அவங்களை நினைச்சு ஒரு நாளெல்லாம் கூட நாம சிரிச்சிருக்கோம். அப்போதெல்லாம் நீ மட்டும் எங்களோட சேர்ந்து சிரிக்கவே மாட்டே. ஆனா, நீ எந்தளவுக்கு மனசுக்குள்ள நையாண்டி அடிச்சிருக்கன்னு இந்த நாடகத்தைப் பார்த்தாத்தான் புரியுது. இது மட்டும் கிருஷ்ணமூர்த்தி சாருக்குத் தெரிஞ்சா அப்புறம் இருக்கு சிவ தாண்டவம்!' எனக் கதிர் மோகனை வம்புக்கு இழுத்தான்.

'டேய் டேய்... அப்படி எல்லாம் அவர்கிட்ட சொல்லிடாத. பாவம், ரொம்ப சங்கடப்படுவாரு,' என்றான் மோகன்.

'எப்படிடா உன்னால மட்டும் முடியுது? எப்பப் பார்த்தாலும் ஒரு சீரியஸான நல்லவன் மாதிரியே நடிக்கிறியே!' எனக் கதிர் வியந்தான்.

'அதுவாடா இப்போ முக்கியம்? நம்ம பிரச்சனைக்கு வருவோம். இதோ இந்த இரண்டாவது கதையைப் பாரு... 'அஞ்சறைப் பெட்டி'. அலுவலகப் பணி இடத்தையும் வீட்டுச் சமையலறையையும் சம்பந்தப்படுத்தி நான் யோசிச்ச கதை,' என்றான் மோகன்.

'ஆமாம், அடிக்கடி சொல்லுவியே... அம்மா வீட்டுல சொல்றப்ப எல்லாம் செய்ய மாட்டோம், அதையே ஆபீஸ்ல மேனேஜ்மென்ட் பாடமா நடத்துறாங்கன்னா கண்டிப்பா கடைபிடிச்சாகணும்னு. அதை வெச்சு எழுதினதா?' எனக் கதிர் கேட்டான். 'ஆமாம், அதேதான்' எனப் பதிலளித்தான் மோகன்.

கதிர் விடவில்லை, அடுத்தடுத்த தலைப்புகளை வாசிக்கத் தொடங்கினான். 'போதும் போதும் இனி நீ எதுவும் சொல்ல வேண்டாம். இது கோமதி மேடம் பிரசவத்தைப் பத்தின கதை... இது கோபால் கல்யாணத்தைப் பத்தின கதை...' என ஒவ்வொரு தலைப்புக்கும் கதிரே விளக்கம் சொல்ல ஆரம்பித்துவிட்டான். அத்தனையும் அவர்கள் கண் முன்னே நடந்த நிஜ சம்பவங்களின் கதையாக்கங்கள்.

'அதேதான்' எனச் சொல்லிவிட்டு மோகன் ஆழ்ந்த யோசனையில் ஆழ்ந்தான். 'என்ன யோசிக்கிற? இதெல்லாம் எப்படி பாலாஜிக்குத் தெரியும்னுதானே?' எனக் கதிர் சாதாரணமாகக் கேட்டான்.

'ஆமாம் கதிர்!'

'அதுலதான் ஏதோ மர்மம் இருக்கு. அதைத்தான் நாம இப்போ கண்டுபிடிக்கணும்,' என்று சொல்லிவிட்டுச் சிறிது நேரம் இருவரும் மௌனமாக இருந்தனர். அந்த மௌனத்தைக் கலைக்கும் விதமாகச் சட்டென ஏதோ பொறி தட்டியது போலக் கதிர் நிமிர்ந்து உட்கார்ந்தான்.

'மோகன், ஒரு விஷயம் மட்டும் இப்போ எனக்குத் தெளிவாத் தெரியுது. பாலாஜியோட கதைகள் எல்லாமே என்னைச் சுத்தி நடந்த சம்பவங்களாவே இருக்கு!' என ஆச்சரியத்துடன் சொன்னான் கதிர்.

'அபாரம் கதிர்! ஆமாண்டா... இந்தக் கோணத்துல நான் யோசிக்கவே இல்லை. சொல்லப்படாத காதல், குள்ளநரி - குட்டிச்சாத்தான், அஞ்சறைப் பெட்டி, ஆண்டாள் பெற்ற குழந்தை, ஆடி போய் ஆவணி, எம்மாம் பெரிய மீசை... எல்லா கதைகளும் நீ

என்னைச் சுற்றி இருந்தப்ப நடந்த சம்பவங்களை அடிப்படையா வெச்சு நான் யோசிச்சது தான். ஆக, இந்த எண்ணப் பரிமாற்றத்துல ஏதோ ஒரு விதத்துல நீ சம்பந்தப்பட்டிருக்கே!' என மோகன் கதிரை ஊடுருவிப் பார்த்தான்.

கதிர் பதறினான். 'டேய் மோகன்! நான் எதுவும் யார்கிட்டயும் சொல்லலடா. என்னை நம்பு!'

'நீ சொல்லியிருக்க மாட்டேன்னு எனக்கும் தெரியும் கதிர். ஏன்னா இதுல சில கதைகள் உனக்கே தெரியாது. அதுமட்டுமில்லாம, நீ சொல்லி ஒருத்தன் எழுதினா, நான் நினைச்சதை அப்படியே கதாபாத்திரங்களின் பெயர்கள் கூட மாறாம எடுக்க முடியாது. அது சாத்தியமே இல்லை,' என்றான் மோகன். மோகன் சொன்னதைக் கேட்டு கதிர் நிம்மதிப் பெருமூச்சு விட்டான்.

இதுவரை எந்தப் பிடிப்பும் இல்லாமல் இருந்த இந்த மர்மங்களுக்கு முதல் குறிப்பு கிடைத்த நிம்மதி மோகனின் முகத்தில் தெரிந்தது. 'நம்மளோட அடுத்த இலக்கு, மத்த இரண்டு இயக்குநர்களோட (கார்த்திக், வித்யா) கதைகளை ஆராயணும். அந்த கதைகள் யாரோட தொடர்புடையதுன்னு கண்டுபிடிக்கணும், சரியா?' எனக் கதிர் கேட்டான்.

'ஆமாம்' என்ற மோகன் தன் யூகத்தைச் சொன்னான். 'என் யூகம் சரியா இருந்தா, மத்த கதைகள் என் மனைவி மாலதி மற்றும் என் கல்லூரி நண்பன் மாணிக்கம் இவங்களைச் சுத்தி நடந்ததாத்தான்

இருக்கும். எதையும் உறுதிப்படுத்துறதுக்கு முன்னாடி நாம அவங்க கதைகளை ஆராய்ஞ்சு பார்த்திடுவோம்.'

'நான் நாளைக்கே அந்தத் தொலைக்காட்சி நிறுவன அலுவலகத்துக்குப் போய் நிகழ்ச்சி தயாரிப்பாளர்களைச் சந்திச்சுப் பேசறேன்,' என்றான் கதிர். 'அலுவல் நேரம் முடிஞ்சதும் நானும் வர்றேன் கதிர். நாம ரெண்டு பேரும் சேர்ந்தே போவோம். ஒருவேளை போட்டியாளர்களைச் சந்திக்கவும் வாய்ப்பு கிடைக்கலாம்,' என்றான் மோகன். 'சரி' என்று சொல்லிவிட்டுக் கதிர் விடைபெற்றான்.

அந்த அறையில் மோகன் மற்றும் கதிர் மட்டும் இருக்கவில்லை. அங்கே கட்டிலில் உறங்கிக் கொண்டிருந்த மோகனின் மகள் நித்யாவும் இருந்தாள். கதிர் கதவைத் தாண்டிச் சென்ற அடுத்த நொடி அவள் மெல்லக் கண்களைத் திறந்தாள். அவளிடம் உறக்கத்தின் சுவடு கொஞ்சமும் இல்லை. பெரியவர்களின் ரகசியத்தைக் கூர்ந்து கவனித்துச் சேமித்து வைத்திருக்கும் ஒரு முதிர்ந்த பார்வை அவளிடம் தெரிந்தது.

* * *

அத்தியாயம் 10

மர்மத்தின் திறவுகோல்

நிகழ்ச்சி தயாரிப்பாளர் ராஜரத்தினத்தின் அறை. ஏசியின் மெல்லிய குளிர்ச்சியில் அறையே அமைதியாக இருந்தது. மோகனும் கதிரும் அமர்ந்திருக்க, ராஜரத்தினம் பரபரப்பாக உள்ளே நுழைந்தார். கதிரைப் பார்த்ததும் அவர் முகம் மலர்ந்தது.

'என்ன கதிர் சார், இந்தப் பக்கம்? நீங்களும் ஏதாவது படம் எடுக்கப் போறீங்களா?' என்று கேட்டுக்கொண்டே கேலியாகச் சிரித்தார் ராஜரத்தினம்.

'தமாஷ் பண்ணாதீங்க சார். நான் படம் எடுத்தா அதை நீங்களும் நானும் மட்டும் தான் பார்க்கணும். அந்தத் தண்டனையை உங்களுக்குத் தர நான் விரும்பல. நான் வந்ததே இதோ இவனுக்காகத் தான்' என்று மோகனை நோக்கிக் கை காட்டினான் கதிர்.

ராஜரத்தினம் கேள்விக் குறியுடன் மோகனைப் பார்த்தார். 'வணக்கம் சார், என் பேரு மோகன். நான் இவனோட நண்பன். இவன் கூடத்தான் வேலை பார்க்கிறேன்' என்று தன் பதட்டத்தை அடக்கிக் கொண்டு தன்னைத் தானே அறிமுகப்படுத்திக் கொண்டான் மோகன்.

'உங்க 'நாளை இயக்குனர்' நிகழ்ச்சியைப் பார்த்ததுல இருந்து, உங்க குழுவைச் சந்திக்கணும்னு இவன்

ரொம்ப ஆர்வமா இருந்தான். அதுதான் இங்க கூட்டிக்கிட்டு வந்திருக்கேன்' என்று கதிர் களம் அமைத்தான்.

'ஆமாம் சார், உங்க நிகழ்ச்சி ரொம்ப புதுமையா இருக்கு. மத்த நிகழ்ச்சி மாதிரி இல்லாம இது ஒரு புது அனுபவத்தைக் கொடுக்குது. அதான் வாய்ப்பு கிடைச்சா உங்க எல்லாரையும் சந்திக்கணும்னு சொன்னேன். உடனே இவன் இங்க கூட்டிட்டு வந்துட்டான்' என்று சொல்லி கதிரைப் பார்த்துச் சிரித்தான் மோகன்.

'ரொம்ப சந்தோஷம்! நீங்க சொல்றது ரொம்பச் சரி. எல்லா பக்கத்துல இருந்தும் நல்ல விமர்சனம் வந்திருக்கு. வரிசையா சில தோல்விகளைச் சந்திச்ச எங்களுக்கு இது கொஞ்சம் ஆறுதலா இருக்கு. நேர்ல வந்து பாராட்டினதுக்கு ரொம்ப நன்றி!' என்று ராஜரத்தினம் நெகிழ்ந்து பேசினார்.

கதிரைப் பார்த்து 'என்ன கதிர் சார், இத்தனை வருஷமா பழகி இருக்கோம்... இவரைப் பத்திச் சொன்னதே இல்லையே?' என்று கேட்டார். அதற்குக் கதிர், 'கிருஷ்ணமூர்த்தி சார் திட்டிட்டாருன்னு, ஒரு மாசம் அவர்கிட்ட பேசாம இருந்தான்னு சொன்னேனே... ஞாபகம் இருக்கா?' என ஒரு குண்டைத் தூக்கிப் போட்டான்.

'ஓ! அதுக்கப்புறம் கிருஷ்ணமூர்த்தி சாரே இறங்கி வந்து சமாதானப்படுத்தினாரே? இவரு தானா அது?' என்று சொல்லித் தலையை ஆட்டினார் ராஜரத்தினம். 'இன்னும் என்னவெல்லாம் சொல்லி இருப்பானோ'

என்று மனதிற்குள் நினைத்துக்கொண்டு கதிரை முறைத்தான் மோகன்.

'மோகன், நீங்க ரொம்ப தைரியசாலி தான். கிருஷ்ணமூர்த்தி சாரே ரொம்ப மிடுக்கான ஆளு. அவர்கிட்டயே கோவிச்சுக்கிட்டு, அவரே உங்ககிட்ட இறங்கி வந்து பேசி இருக்காருன்னா அது பெரிய விஷயம்தான்!' என்று ஆச்சரியமாகச் சொன்னார்.

'அப்படி எல்லாம் ஒன்னும் இல்லை சார். நான் செஞ்ச தவறுக்காக எத்தனையோ முறை திட்டி இருக்காரு. அதையெல்லாம் என் நல்லதுக்குத் தான்னு எடுத்துக்குவேன். ஆனா அந்த முறை அனாவசியமா திட்டிட்டாரு. அதான் அப்படி நடந்துக்க வேண்டி இருந்தது' என்று விளக்கம் தந்தான் மோகன்.

அந்தச் சம்பவத்தை விளக்கிக் கொண்டிருக்கும் கணத்தில், அதை மையமாக வைத்து மோகனுக்குள் ஒரு கற்பனை மின்னலாக ஓடியது. அந்தச் சில நொடிகளில் ஒரு முழுமையான கதையே அவன் மனக்கண்ணில் உருவானது:

- கல்லூரி இரண்டாம் ஆண்டு
- வகுப்பறைச் சூழல்
- பேராசிரியர் ஒரு சிக்கலான அறிவியல் கருத்தை விளக்குகிறார்
- மாணவன் ஒரு மாற்றுப் பரிந்துரையை முன்வைக்கிறான்
- பேராசிரியர் அதை ஏளனம் செய்து மறுக்கிறார்
- இருவருக்கும் இடையே ஒரு நாகரீகமான கருத்து மோதல்

- பேராசிரியர் மாணவனை வகுப்பிலேயே கேலி செய்கிறார்
- இறுதியாண்டு ப்ராஜெக்ட் சமர்ப்பிக்கும் நேரம்
- அதே மாணவன் அதே கருத்தை விரிவான ஆதாரங்களுடன் சமர்ப்பிக்கிறான்
- பரிசோதனையில் அந்தத் திட்டம் மாபெரும் வெற்றி பெறுகிறது
- சிறந்த ப்ராஜெக்ட் விருது கிடைக்கிறது
- முடிவில் அதே பேராசிரியர் மேடையில் மாணவனை நெகிழ்ந்து பாராட்டுகிறார்.

இந்தக் கற்பனைக்கு 'நெற்றிக்கண்' எனவும் மனதிற்குள் பெயரிட்டான் மோகன்.

'உங்களைச் சந்திச்சதுல ரொம்பச் சந்தோஷம் மோகன். ஒரு அவசர வேலையா வெளியே புறப்பட்டுட்டு இருக்கேன். வாங்க, உங்களை நிகழ்ச்சி இயக்குனர் கண்ணன்கிட்ட அறிமுகப்படுத்திட்டுப் போறேன்' என்று அவர்களை அழைத்துக்கொண்டு படப்பிடிப்பு நடக்கும் அரங்கிற்குச் சென்றார் ராஜரத்தினம்.

அங்கே நிறைய வேலை ஆட்கள் புதிய செட் அமைக்கும் வேலையில் மும்முரமாகச் செயல்பட்டுக் கொண்டிருந்தனர். அவர்களுக்கு இடையே உயரமாக, தாடியுடன் ஒருவர் அனைத்து வேலைகளையும் மேற்பார்வை செய்து கொண்டிருந்தார். அவர்தான் நிகழ்ச்சி இயக்குனர் கண்ணன். அவர்களை அறிமுகப்படுத்திவிட்டு, ராஜரத்தினம் விடைபெற்றார்.

'இன்னைக்கு படப்பிடிப்பு ஒன்னும் நடக்கலையா?' என்று மோகன் மெதுவாகத் தொடங்கினான். ஆனால்

கண்ணன் அந்தப் பேச்சைத் தவிர்த்துவிட்டு, 'உங்களுக்கு என்ன வேணும் சொல்லுங்க, எனக்கு நிறைய வேலை இருக்கு' என்று கறாராக விஷயத்திற்கு வந்தார்.

'உங்க நிகழ்ச்சியில வர்ற போட்டியாளர்கள் ரொம்ப கிரியேட்டிவா இருக்காங்க. சும்மா அவங்களைப் பத்தித் தெரிஞ்சுக்கலாம்னு வந்தோம்' என்றான் கதிர். கண்ணன் யோசித்தார், 'இவங்க நாலு பேரும் யாரு, இவங்களை எப்படித் தேர்ந்தெடுத்தோம்னு ஒரு வீடியோ தொகுப்பு ரெடி பண்ணி இருக்கோம். நிகழ்ச்சி முடியுறதுக்குள்ள ஒரு நாள் அதை ஒளிபரப்பப் போறோம். அந்த சி.டி வேணும்னா தரேன், போதுமா?' எனக் கேட்டார்.

பழம் நழுவிப் பாலில் விழுந்தது போல இருந்தது மோகனுக்கு. 'ஓ தாராளமா!' என்று இருவரும் உற்சாகமாகச் சொன்னார்கள். கண்ணன் ரகசியமாக ஊழியர் ஒருவரிடம் ஏதோ சொல்லி அனுப்பினார். 'ரத்தினம் சாருக்கு வேண்டியவங்கன்னு தான் இந்த சி.டியைத் தரேன். வெளியே லீக் ஆகாம பார்த்துக்கோங்க' என எச்சரித்தார்.

இருவரும் ஓரமாக நின்று சி.டிக்காகக் காத்திருந்தபோது, அரங்கத்தைச் சுற்றிலும் பார்த்தனர். அங்கே எல்லைச்சாமி சிலை, கரும்புகள், தோரணங்கள், பானைகள் என ஒரு கிராமத்துத் திருவிழாவைப் போல செட் போட்டுக்கொண்டிருந்தார்கள். சில நிமிடங்களில் ஒரு ஊழியர் சி.டியைக் கொண்டு வந்து கொடுத்தான். அதைப் பெற்றுக்கொண்டு இருவரும் வெற்றிகரமாக அந்த இடத்தை விட்டு நகர்ந்தனர்.

* * *

அத்தியாயம் 11

மர்மக் குழந்தையின் அதிர்ச்சி

மாலதிக்கு இதுவரை நடந்த அனைத்தும் தெரிந்திருந்தது. இன்று அலுவலகத்தில் கதிரோடு சேர்ந்து அந்த ரகசிய சி.டியைப் பெற்று வந்ததை அவளிடம் விவரித்துவிட்டு, இனி ஒரு நொடியும் பொறுக்க முடியாது என்ற நிலையில் மோகன் தொலைக்காட்சியை இயக்கினான். சி.டியை உள்ளே தள்ளிவிட்டு சோபாவில் அமர்ந்த மோகனின் அருகில், மாலதி மிகுந்த ஆவலுடனும் ஒருவித இனம்புரியாத நடுக்கத்துடனும் அமர்ந்தாள்.

அறையின் பின்னணியில் இருக்கும் டைனிங் டேபிளில் அமர்ந்து நித்யா தன் வீட்டுப்பாடத்தை எழுதிக் கொண்டிருந்தாள். ஆனால் அவள் கவனம் மட்டும் அவ்வப்போது தொலைக்காட்சியின் பக்கம் திரும்பி மீண்டது.

திரையில் நான்கு வீடியோக்கள் பட்டியலிடப்பட்டிருந்தன: கார்த்திக், பாலாஜி, சிங்கமுத்து, வித்யா. மோகன் முதலில் கார்த்திக்கின் வீடியோவைத் தொடங்கினான்.

திரையில் கார்த்திக் தோன்றினான்: 'நான் உங்க கார்த்திக். கொஞ்ச நேரத்துக்கு என்னைப் பத்திச் சொல்லச் சொன்னாங்க. என்ன சொல்றதுன்னு

தெரியல. அதனாலதான் இங்க கூட்டிட்டு வந்துட்டேன். இதுதான் நான் வளர்ந்த ஏரியா. என்னோட வீடு, நண்பர்கள், பக்கத்து வீட்டுக்காரங்கன்னு என்னைப் பத்திச் சொல்ல நிறைய பேர் இருக்காங்க. அவங்க எல்லாம் என்ன சொல்லப் போறாங்கன்னு எனக்கே ஆவலா இருக்கு. என்ன சொல்றாங்கன்னு கேட்கலாம் வாங்க.'

கார்த்திக் சிரித்துக்கொண்டே தெரு முனையிலிருந்து தன் வீட்டுக்குள் நுழைகிறான். கார்த்திக்கின் அம்மா, 'இதுதாங்க இவனோட ரூம்' என்று காட்ட, கேமரா அந்த அறையை மெதுவாக நோட்டம் விட ஆரம்பித்தது. அம்மா தொடர்ந்தாள்: 'சுவரெல்லாம் அட்டையை ஒட்டி வச்சுக்கிட்டு, எதையோ கிறுக்கிக்கிட்டே இருப்பான். அவன் என்ன பண்றான்னு இதுவரைக்கும் எனக்குப் புரிஞ்சதே இல்லை.'

அவள் சொல்லச் சொல்ல அங்கிருந்த ஒரு அட்டையை நெருக்கத்தில் (Close-up) காட்டுகிறது கேமரா. அட்டையின் மேல் பகுதியில் தலைப்பு பெரிதாக எழுதப்பட்டிருந்தது: 'ஆண்டவன் ஆண்ட நாடு'.

சந்தேகமே இல்லை, இது என் கதைதான்! மோகன் நினைத்துக் கொண்டான். கல்லூரிப் பருவத்தில் அடந்தியூர் காட்டுப் பகுதிக்குச் சென்றபோது, அக்காட்டைப் பற்றி மக்கள் கூறிய செவிவழிக் கதைகளை மையப்படுத்தி அவனுக்குத் தோன்றிய கற்பனை அது. ஒரே கருவை வைத்து வரலாற்று ரீதியாகவும், அறிவியல் புனைவு (Sci-Fi) ரீதியாகவும் அவன் பிரித்து எழுதியது அவனுக்கு நினைவுக்கு வந்தது.

திரையில் கேமரா அந்த அட்டையை முழுமையாக அலசியது. ஆங்காங்கே கதாபாத்திரங்களின் பெயர்கள் சிறு சிறு பச்சை நிறக் கட்டங்களுக்குள் எழுதப்பட்டிருந்தன. காடு, நாடு/வீதிகள், மாளிகை, ஹாஸ்டல், கல்லூரி, நூலகம் என கதைத் தளங்கள் நீல நிறக் கட்டங்களில் குறிப்பிடப்பட்டிருந்தன. ஒவ்வொரு கதைத் தளமும் கருப்பு மற்றும் சிவப்பு நிறக் கோடுகளால் கதாபாத்திரங்களோடு இணைக்கப்பட்டிருந்தன.

கார்த்திக் விவரிக்கிறான்: 'இதுதான் ஸ்டோரி ஃபுளோ சார்ட். இதுல ரெண்டு கதை இருக்கு. இந்த கருப்பு கோடுகளை மட்டும் தொடர்ந்தீங்கன்னா ஒரு வரலாற்றுப் கதையைத் தரும். அதுவே சிவப்பு கோடுகளைத் தொடர்ந்தீங்கன்னா ஒரு அருமையான சயின்ஸ் ஃபிக்ஷன் கதை கிடைக்கும்.' கேமரா அந்த அறையை முழுவதுமாகச் சுற்றிக் காட்டியது. அந்த அறை முழுவதும் இது போன்ற பல அட்டைகள் காணப்பட்டன. மேஜையின் மீது பல காகிதங்கள் சிதறிக் கிடந்தன. 'இதெல்லாம் என்னோட கதைகளின் திரைக்கதை' என கார்த்திக் விளக்கம் தந்தான்.

அடுத்தபடியாக கார்த்திக்கின் பால்ய சிநேகிதன் சுப்பி பேசினான்: 'நாங்க ரெண்டு பேரும் ஒன்னாத்தான் ஸ்கூல் போனோம். அப்ப இருந்தே இவன் கொஞ்சம் வித்தியாசமான ஆளுதான். நாங்க எல்லாம் பாடத்துல சந்தேகம் வந்தா கேள்வி கேட்போம், ஆனா இவன் சொந்தமா ஒரு விளக்கத்தைக் கண்டுபிடிச்சு, அது ஏன் இப்படி இருக்கக்கூடாதுன்னு வாத்தியார்கிட்டயே விவாதம் செய்வான். அந்த குணம்தான் இவனை இப்படி ஒரு கதாசிரியரா மாத்துச்சுன்னு நினைக்கிறேன்.'

கார்த்திக்கின் பெற்றோரும் பெருமிதத்துடன் பேசினர்: 'சாதாரணமா குழந்தைகளுக்குத் தாத்தா, பாட்டிதான் கதை சொல்லுவாங்க. ஆனா இவனுக்கு மூணு வயசு இருக்கும் அப்ப இருந்தே இவன்தான் எங்களுக்குக் கதை சொல்லுவான். எங்க குடும்பத்துல யாருக்குமே இப்படி ஒரு பழக்கம் இருந்தது இல்லை. எங்களுக்குத் தெரிஞ்ச கதையையே இவன் சொல்றப்போ ரொம்ப வித்தியாசமா இருக்கும்.'

அடுத்து கார்த்திக்கின் பள்ளி ஆசிரியர் குணசீலன்: 'அமைதியான பையன் சார், ஆனா ஊமை குசும்பன். பேப்பர்ல கேலியா படங்களை வரைஞ்சு, யாருக்கும் தெரியாம அதைக் கசக்கிப் போட்டுடுவான். யாராவது அதை எடுத்து ஸ்கூல் ஃபுல்லா பரப்பிடுவாங்க. வகுப்பில ஒரு பீரியட் முடிஞ்சு அடுத்த வாத்தியார் வர்றதுக்குள்ள இவன் கதை சொல்ல ஆரம்பிச்சுடுவான். சில சமயம் நானே கூட இவனைக் கதை சொல்லச் சொல்லி கேட்டிருக்கேன்.'

தொகுப்பாளினி கார்த்திக்கின் பழைய குறும்படங்களான 'தங்கத் திரை', 'வல்லவன் வருவான்', 'எங்கோ செல்கிற பாதை' ஆகியவற்றைப் பற்றிக் குறிப்பிட்டாள். இவை அனைத்தும் மோகன் கல்லூரி நண்பன் மாணிக்கத்திடம் பகிர்ந்துகொண்ட கதைகள் என்பது அவனுக்கு உறுதியானது.

தொகுப்பாளினி தொடர்ந்தாள்: 'இத்தனைப் படங்களோட போட்டி போட்டு, கார்த்திக் எப்படித் தேர்வானார்? அந்தப் படத்தைப் பத்தி அவரே சொல்றாரு கேளுங்க.'

திரையில் கார்த்திக் நிதானமாகச் சொன்னான்: 'மர்மக் குழந்தை... அதுதான் அந்தப் படம்.'

அந்தப் பெயரைக் கேட்டதும் மோகனுக்கும் மாலதிக்கும் தூக்கி வாரிப்போட்டது. மோகன் உடனடியாக வீடியோவை நிறுத்தினான். அவனது இதயம் படபடவென அடித்துக்கொண்டது.

'உங்க கதையை அவங்க திருடுறாங்களா? இல்லை அவங்க கதைகள் தான் உங்களுக்குத் தோணுதா?' மாலதி முணுமுணுத்தாள்.

'அந்தச் சந்தேகம் இப்போ எனக்கும் வந்துடுச்சு மாலதி. ஆனா அது எப்படிச் சாத்தியம்? ஏன்னா இந்தக் கதையை நான் ரெண்டு நாளைக்கு முன்னாடி, அன்னைக்கு ராத்திரி கரண்ட் இல்லாதப்போ தானே யோசிச்சேன்!' மோகன் ஆழ்ந்த யோசனைக்குச் சென்றான்.

'எனக்கும் அதுதான் புரியலைங்க. எனக்கென்னமோ ரொம்பப் பயமா இருக்கு. சீக்கிரம் இதுக்கு ஏதாவது வழியைப் பாருங்க' என மாலதி கெஞ்சினாள். அவளது கண்கள் கலங்கியிருந்தன.

'நீ ஒன்னும் கவலைப்படாதே. நான் உடனே மாணிக்கத்துக்கு கால் பண்றேன். ஏதாவது வழி கிடைக்கும்' என்று அவளுக்கு ஆறுதல் சொன்னான் மோகன்.

'அச்சச்சோ, அதுவும் தப்பாயிடுச்சுங்க. இந்தக் கடைசி கதை 'மர்மக் குழந்தை' உங்க நண்பரோட சம்பந்தப்பட்டது இல்லை... இது என்னோட சம்பந்தப்பட்டது!' என்று சொல்லி அழத் தொடங்கினாள் மாலதி.

உண்மைதான். அன்றிரவு மோகன் தன் மனைவியிடம் பகிர்ந்துகொண்ட அந்தப் புதிய கற்பனை, அப்படியே

இன்னொருவன் திரையில் 'தனது சொந்தப் படைப்பு' என்று சொல்வது தர்க்கத்திற்கு அப்பாற்பட்டது.

'மாலு, நீ நித்யாவைக் கூட்டிட்டு உள்ள போ. ரெண்டு பேரும் சாப்பிட்டுட்டு நிம்மதியாத் தூங்குங்க. இந்த விஷயத்தை நான் தனியா பார்த்துக்கிறேன்,' என அவர்களை உள்ளே அனுப்பிவிட்டு, மோகன் உடனடியாகக் கதிருக்குக் கால் செய்தான். கதிர் போன் எடுத்ததும், இதுவரை நடந்த அத்தனை திடுக்கிடும் உண்மைகளையும் அவனிடம் விளக்கத் தொடங்கினான் மோகன்.

* * *

அத்தியாயம் 12

எல்லை மீறும் நிழல்கள்

இரவு வெகுநேரம் ஆகிவிட்டது. மாலதியும் நித்யாவும் ஆழ்ந்த உறக்கத்தில் இருப்பதை உறுதி செய்துகொண்ட மோகன், மீதமுள்ள வீடியோக்களைப் பார்க்கத் தொடங்கினான். அறையின் நிசப்தத்தில் சி.டி பிளேயர் சுழலும் சத்தம் மட்டும் மெல்லியதாகக் கேட்டது.

திரையில் கார்த்திக் தொடர்ந்து தன் 'மர்மக் குழந்தை' படத்தைப் பற்றிப் பேசிக் கொண்டிருந்தான்: 'இந்தப் படம் குழந்தைகள் விளையாட்டை மையமா வெச்சுப் புனையப்பட்டது. ஒரு மர்மமான சூழல்ல குழந்தைங்க விளையாடுறப்ப ஏற்படுற உளவியல் மாற்றங்களை இதுல சொல்லியிருக்கேன். முக்கியமா இந்தப் படத்தோட திரைக்கதைல ஒரு புதிய யுக்தியைக் கையாண்டிருந்தேன். அதுதான் வெற்றிக்கு வழிவகுத்ததுன்னு நம்புறேன். கண்டிப்பா உங்களுக்கும் அந்தப் படம் பிடிக்கும். பார்க்க விரும்பினீங்கன்னா திரு தொலைக்காட்சி இணையத்துல போய் பாருங்க,' என முடித்தான்.

தொகுப்பாளினி நிறைவாக, 'கார்த்திக் 'நாளைய இயக்குனர்' பட்டத்தை வெல்வாரா? பொறுத்திருந்து பார்ப்போம்,' என முடித்தாள். மோகனுக்குத் தெரியும், அந்தப் படம் அவன் சில தினங்களுக்கு முன்பு கரண்ட் இல்லாத இருட்டில் யோசித்த அதே கரு என்பது.

பாலாஜியைப் பற்றி ஏற்கனவே கதிர் மூலம் ஓரளவுக்குத் தெரிந்திருந்ததால், மோகன் அடுத்து வித்யாவைப் பற்றிய வீடியோவைத் தொடங்கினான்.

வித்யா மென்மையாகப் பேசத் தொடங்கினாள்: 'சின்ன வயசுல இருந்தே எழுதறதுன்னா எனக்கு ரொம்பப் பிடிக்கும். இதுதான் எழுதுறதுன்னு இல்ல, எல்லாத்தையும் எழுதுவேன். ஆனா இப்படி இயக்குனரா வருவேன்னு ஒருபோதும் நினைச்சது இல்ல.'

அவள் படைப்புகளைத் தெரிந்துகொள்ளும் ஆர்வத்தில் வீடியோவை வேகமாக ஓட்டினான் மோகன். 'சீக்கிரமே என்னோட சிறுகதைகளைத் தொகுத்து ஒரு புத்தகத்தை வெளியிட போறேன். இப்போ தான் அச்சகத்துல இருந்து அதோட முதல் பிரதி வந்திருக்கு' ன்னு புத்தகத்தைக் காட்டுகிறாள்.

கேமரா அந்தப் புத்தகத்தின் 'பொருளடக்கம்' பக்கத்தை மிக நெருக்கமாகக் காட்டியது. அந்தப் பட்டியலைப் பார்த்த மோகனின் கண்கள் நிலை குத்தின: கல்யாண கருத்து, காதல் கல்யாணம், மாடி வீடு, வேலை தேடும் வேலைக்காரன், அம்புலி - எந்தக் காடு?, ஜோசியம் பார்க்கலாம் வாங்க, பக்கத்து வீட்டில் பேச்சுலர்ஸ், அமாவாசை நிலவு, தேவதையை தேடி, மறுபிறவி தேவையா?, மகுடம் சூட வந்தவன், இறந்து போன மார்கண்டேயன், உயிர் திருட்டு என்று எல்லாமே மோகனின் தலைப்புகள் தான். பெரும்பாலும் மனைவி அருகில் இருக்கையில் சம்மந்தப்பட்டவை தான். ஆனால் சில கதைகள் அவளோடு சம்மந்தப்பட்டவை இல்லை.

வித்யா தொடர்ந்தாள்: 'இந்தப் போட்டிக்கு வரும் முன் நான் எடுத்த ஒரே குறும்படம் 'திருடிய கதைகள்', அதுவும் இந்த நிகழ்ச்சியில் கலந்துக்க எடுத்தது தான்.'

'திருடிய கதைகள்'... இந்தப் பெயரில் மோகன் இதுவரை எந்தக் கதையும் யோசித்ததே இல்லை. ஆனால் இப்போது இருக்கும் சூழ்நிலைக்கு அந்தத் தலைப்பு மிகப்பொருத்தமாக இருந்தது. இதில் ஏதாவது விடை கிடைக்குமா என்ற நம்பிக்கையில் உடனடியாகத் தன் மடிக்கணினியை உயிர்ப்பித்து திரு தொலைக்காட்சி இணையப் பக்கத்தில் அந்த வீடியோவைத் தேடித் தொடங்கினான்.

குறும்படம்: 'திருடிய கதைகள்'

காட்சி 1: 'அப்பா' என கத்திக் கொண்டே கையில் ஒரு புத்தகத்துடன் வாசலுக்கு ஓடுகிறாள் ஒரு சிறுமி. அலுவலகத்தில் இருந்து வந்து ஷூ வை கழட்டிக் கொண்டிருக்கிறார் அப்பா. ஓடி வரும் மகளை கட்டி அனைத்து தூக்குகிறார். 'என்ன அனிதா குட்டி, இன்னைக்கு ரொம்ப சந்தோஷமா இருக்கீங்க? கைல என்ன?'

'அப்பா, உங்க கதை இந்த வாரம் சிறுவர் பூங்கா புத்தகத்துல வந்திருக்கு. இதைப் பாருங்க.' ரமேஷ் குழப்பமாகப் பார்க்க, மனைவி சாந்தாவின் குரல் கேட்கிறது: 'சரியான ஆள் தாங்க நீங்க... இதப் பாருங்க இந்த வார மல்லிகை இதழ்ல கூட உங்க கதை என் பேர்ல வந்திருக்கு.' என அவளும் ஒரு புத்தகத்தை நீட்டுகிறாள். ரமேஷ் அதிர்ச்சியில் உறைந்து நிற்கிறான். 'அது... அது வந்து...' என இழுக்கிறான். 'நீங்க ஒன்னும்

பேசாதீங்க, உங்களுக்கு வரவேண்டிய பாராட்டு எல்லாம் இப்ப எங்களுக்கு வரப் போகுது. லட்டு செஞ்சிருக்கேன், நீங்க போய் கை, கால் கழுவிட்டு வாங்க.' எனச் சொல்லி நகர்கிறாள்.

காட்சி 2: அடுத்த நாள் அலுவலகம். ரமேஷின் நண்பன் ஓடி வருகிறான். 'ரமேஷ்! இதென்னடா உன்னோட கதைக்கு என் பேரை கொடுத்திருக்க. நண்பா, உனக்கு பெரிய மனசு டா!' ரமேஷால் எதையும் சொல்ல முடியவில்லை. சட்டென ஒரு மர்ம அழைப்பு வருகிறது. 'நீ அனுப்பாமலே உன் கதைகள் எப்படி வந்ததுன்னு குழப்பமா இருக்கா? இன்னும் கொஞ்சம் நாள்ல உனக்கு பதில் கிடைக்கும். அதுவரைக்கும் உன் குடும்பம், நண்பன் எல்லாம் என்னோட கண்காணிப்புல இருப்பாங்க. ஹா ஹா ஹா!' - இணைப்பு துண்டிக்கப்படுகிறது.

காட்சி 3: ரமேஷ் மிரண்டு போகிறான். வீட்டுக்குத் துரிதமாகப் போன் செய்து மனைவியை எச்சரிக்கிறான். 'வாசல் கதவைச் சாத்திக்கோ, தெரியாதவங்க யாராவது வந்தா திறக்காதே.' மகளைப் பள்ளியிலிருந்து தானே அழைத்து வருவதாகச் சொல்கிறான். அவன் ஜன்னல் கதவுகளைச் சாத்திவிட்டு இருளுக்குள் பயந்து ஒளிந்து கொள்வதைக் கண்டு குடும்பமே அவனை விசித்திரமாகப் பார்க்கிறது.

மறுநாள் மர்ம அழைப்பு மீண்டும் வருகிறது: 'உன் பொண்ணு படிக்கிற ஸ்கூலுக்குப் போய் பாரு, அவ இருக்க மாட்டா!' ரமேஷ் அலறிக்கொண்டு பள்ளிக்கு ஓடுகிறான். 'இப்பதான் உங்க மனைவி யாரோ ஒருத்தரோட வந்து அனிதாவ கூட்டிக்கிட்டுப்

போனாங்க. உங்களுக்கு விபத்துன்னு சொன்னாங்களே.' என ஆசிரியை சொல்ல, ரமேஷுக்குத் தூக்கி வாரிப் போடுகிறது. மர்ம அழைப்பு மீண்டும்: 'நேரா உன் வீட்டுக்குப்போ!'

காட்சி 4: கிளைமாக்ஸ். வீட்டுக் கதவு திறந்தே இருக்கிறது. ஹாலில் பொருட்கள் சிதறிக் கிடக்கின்றன. ரமேஷ் கத்திக்கொண்டே மொட்டை மாடிக்கு ஓடுகிறான். படிகளில் ரத்தச் சொட்டுகள்! கதவைத் திறக்கிறான்... 'டொப்' என வெடி சத்தம்! வண்ணக் காகிதங்கள் அவன் மீது தூவப்படுகின்றன. 'ஹேப்பி பர்த்டே ரமேஷ்!' என அனைவரும் கத்துகின்றனர். 'நீங்க எங்க பேர்ல கதைகளை அனுப்பி எங்களுக்குச் சர்ப்ரைஸ் கிப்ட் தரலாம்ன்னு நினச்சீங்க. நாங்க முந்திக்கிட்டோம்!' எனச் சிரித்துக்கொண்டே சொல்கிறாள் சாந்தா. ரமேஷ் திகைப்பு மாறாமல் நிற்க, அவனது அலைபேசி மீண்டும் ஒலிக்கிறது. மறுமுனையில் அதே மர்மக்குரல்: 'ஹாப்பி பர்த்டே நண்பா!' அந்த வாழ்த்துடன் படம் சுபமாக முடிகிறது.

அனைத்துப் பிரச்சனைகளையும் மறந்து அந்தப் படத்தை ரசித்தான் மோகன். ஆனால், படம் முடிந்த அடுத்த நொடி ஒரு கசப்பான உண்மை அவனை அறைந்தது. அவன் ஆழ்ந்த யோசனையில் இறங்கினான்: 'இது எனக்குக் கொடுக்கப்பட்ட ஒரு க்ளூவா? இவங்க எல்லாம் சேர்ந்து நாடகம் நடத்துறாங்களா? இல்ல... நானே ஒரு கதை பண்ணியிருந்தால் இப்படித்தான் இருந்திருக்குமோ?'

நாடகமாக இருக்குமோ என்ற கோணத்தில், ஆரம்பம் முதல் நடந்த அத்தனை நிகழ்வுகளையும் தன்

'ஆடிட்டர்' மூளையைக் கொண்டு விலாவாரியாக அலசிப் பார்த்தான். ஆங்காங்கே சில சாத்தியக்கூறுகள் தெரிந்தாலும், பல இடங்களில் தர்க்கம் இடிக்கிறது. குழப்பத்துடன் கடைசியாகச் சிங்கமுத்துவின் வீடியோவைப் பார்க்கத் தொடங்கினான்.

அவன் எதிர்பார்த்த மாதிரியே அதிலும் ஒரு பேரதிர்ச்சி காத்திருந்தது. சிங்கமுத்துவின் முந்தைய கதைகள் எதுவும் மோகனுடையது அல்ல. ஆனால், இந்த நிகழ்ச்சிக்குள் நுழைய அவன் எடுத்த குறும்படத்தின் பெயர்: 'நெற்றிக்கண்'!

மோகனின் இதயம் ஒரு நொடி துடிப்பை நிறுத்தியது. 'நெற்றிக்கண்' - இன்று மாலைதான் தயாரிப்பாளர் ராஜரத்தினத்தின் அறையில் அமர்ந்து, ஒரு பேராசிரியருக்கும் மாணவனுக்குமான மோதலை மையமாக வைத்து மோகன் தன் மனதிற்குள் உருவாக்கிய கதை. அவன் டைரியில் எழுதாத, யாரிடமும் சொல்லாத, வெறும் சில மணி நேரங்களுக்கு முன்பு அவனது மூளையின் ஒரு மூலையில் உதித்த கரு, இப்போதே ஒரு குறும்படமாகத் திரையில் ஜொலிக்கிறது.

இப்போது மோகனின் மனநிலை எந்த ஒரு அதிர்ச்சியையும் பெரிதாக எடுத்துக்கொள்ளவில்லை. அவனது உணர்ச்சிகள் மரத்துப்போயிருந்தன. ஒன்று மட்டும் அவனுக்கு நன்றாகப் புரிந்தது, நிலைமை எந்த ஒரு கட்டுப்பாடும் இன்றி எல்லை மீறி போய்க் கொண்டிருக்கிறது என்று.

• • •

அத்தியாயம் 13

புதிரின் அடுத்த திசை

மறுநாள். மோகன் மற்றும் கதிர் இருவரும் அலுவலகம் செல்லவில்லை. கதிர் வீட்டுக்கு அருகிலுள்ள அதே பூங்காவில் இருவரும் அமர்ந்திருந்தனர். காலை நேரத்துப் பரபரப்புக்கு நடுவே அவர்களின் உரையாடல் மட்டும் மிகவும் கனமாக இருந்தது.

'நாங்கதான் இதையெல்லாம் செய்றோம்னு உன் மனசுல ஏதாவது சந்தேகம் இருக்கா மோகன்?' எனக் கதிர் நேரடியாகக் கேட்டான்.

மோகன் சிறிது நேரம் மௌனமாக இருந்துவிட்டுப் பேசினான்: 'இப்போதைக்கு என்னால எதையும் சொல்ல முடியல கதிர். நம்ம யூகங்களை எல்லாம் விட இது ரொம்பச் சிக்கலான விஷயம். இதுல உங்களோட பங்களிப்புகள் ஒருவேளை இருந்திருந்தாலும், அதையும் தாண்டி ஏதோ ஒரு மாய சக்தி இதுல இருந்தே தீரணும்னு தோணுது. நீங்க நடத்துற நாடகமா இருந்தாலும், அது உங்க கட்டுப்பாட்டையும் மீறி போய்க்கிட்டு இருக்குன்னு தான் சொல்லுவேன்.'

கதிர் அவன் தோளைத் தட்டினான்: 'நீ எங்களைச் சந்தேகப்பட்டாலும் சரி, நீ இந்தச் சிக்கல்ல இருந்து மீள ஒரு நண்பனா நான் உன் கூடவேத் தான் இருப்பேன். அது என்னோட கடமை. அதுமட்டுமில்லாம,

அப்பத்தான் இதுல எனக்கு எந்தச் சம்பந்தமும் இல்லைன்னு உனக்கு புரிய வைக்கவும் முடியும்.'

மோகன் லேசாகச் சிரித்தான்: 'இல்லை கதிர், உங்களை நான் சந்தேகப்படல. அப்படியே உங்க வேலையா இருந்தாலும், எனக்குத் தெரியும்... அது என்னோட நல்லதுக்குத் தான் இருக்கும். அதுமட்டுமில்லாம இப்ப எனக்கு ஒன்னும் பிறந்த நாள் கூட வரலையே!' எனச் சொல்லிவிட்டு மீண்டும் சிரித்தான். 'இப்ப என்னோட யோசனை எல்லாம் அடுத்து என்ன செய்யறதுன்னு தான்.'

கதிர் ஒரு யோசனையை முன்வைத்தான்: 'உன் கல்லூரி நண்பன் மாணிக்கத்துக்குப் பேசிப் பார்க்கலாமே?'

'இன்னைக்குக் காலைல தான் அவங்க வீட்டுக்கு கால் பண்ணேன். அவனோட மனைவி கிட்டத் தான் பேசினேன். அவன் வேலை விஷயமா ஏதோ வெளிநாட்டுப் பயணம் போய் இருக்கானாம். அவன் போய் ஒரு மாசம் ஆச்சு, இன்னும் ரெண்டு மாசம் கழிச்சுத் தான் வருவானாம். அதுமட்டுமில்லாம அந்த நிகழ்ச்சில வர்ற யாரையும் அவங்களுக்கு இதுக்கு முன்னாடி தெரியாதாம். கார்த்திக்கும் மாணிக்கத்துக்கும் எந்தச் சம்பந்தமும் இல்லைன்னு தான் நினைக்கிறேன்,' என்றான் மோகன்.

கதிர் தயக்கத்துடன், 'எனக்கு ஒரு யோசனை தோணுது, நீ தப்பா எடுத்துக்க மாட்டேன்னா சொல்றேன்' என்று இழுத்தான்.

'என்ன யோசனை? சொல்லு.'

'எனக்குத் தெரிஞ்ச ஒரு உளவியல் நிபுணர் இருக்காரு. அவரைப் போய் பார்க்கலாமா?'

மோகன் லேசாகச் சிரித்துக் கொண்டே சொன்னான்: 'என்னடா, எனக்கு பைத்தியம் புடிச்சுடுச்சுன்னு நினைக்கிறியா?'

'பார்த்தியா, விஷயம் தெரிஞ்ச நீயே இப்படி சொல்றே. இதுக்குத் தான் சொல்ல மாட்டேன்னு சொன்னேன்.'

'சரி சரி கோபப்படாதை கதிர். எனக்கும் இப்போதைக்கு வேற யோசனை எதுவும் தோணலை. வா ஒரு எட்டு அவரைப் பார்த்துட்டு வரலாம்,' என மோகன் சம்மதித்தான்.

காரை நோக்கி இருவரும் நடந்தனர். கதிர் அந்த மருத்துவரைப் பற்றி விவரிக்கத் தொடங்கினான்: 'அவர் பேரு டாக்டர் திரவியம். நானே அவரை இதுவரை பார்த்தது இல்லை. ஆனா ரொம்ப வித்தியாசமான ஆளுன்னு கேள்விப்பட்டிருக்கேன்.' டாக்டர் திரவியத்தைப் பற்றிய பல மர்மமான தகவல்களைக் கதிர் சொல்லிக்கொண்டே வர, இருவரும் காரில் ஏறினர்.

• • •

அத்தியாயம் 14

முகமூடிகளுக்குப் பின்னால்

டாக்டர் திரவியத்தின் கிளினிக். வரவேற்பு அறை நிசப்தமாக இருந்தது. நோயாளிகள் யாரும் இல்லை; வெய்ட்டிங் ஹால் காலியாகக் கிடந்தது. ஒரே ஒரு பெண் உதவியாளர் மட்டும் கணினியில் ஏதோ தட்டச்சு செய்து கொண்டிருந்தார்.

'டாக்டர் இருக்காரா?' கதிர் அவளிடம் கேட்டான். அவள் நிமிர்ந்து கூடப் பார்க்காமல், 'டாக்டர் இருக்காரு, ஆனா ரொம்ப பிஸி. அடுத்த வாரம் தான் பார்க்க முடியும்' என்றாள் கறாராக.

கதிர் அந்த வெற்று அறையை ஒருமுறை நோட்டம் விட்டான். 'நிஜமாவா சொல்றீங்களா?' எனத் தன் கிண்டலான பாணியில் கேட்டான். 'உங்களோட விளையாட இது உங்க வீடு இல்ல சார். அடுத்த வாரம் சனிக்கிழமை 10 மணிக்கு அப்பாயின்மென்ட் ஓகேவா?' என அவள் எரிச்சலுடன் பதிலளித்தாள்.

மோகன் தன் பெயரைப் பதிவு செய்யச் சொன்னபோது, அங்கிருந்த ஒரு கதவு திறந்தது. உயரமான உருவம், அடர்த்தியான தாடி, வெள்ளைச் சட்டை அணிந்த டாக்டர் திரவியம் வெளியே வந்தார். அவர் கண்கள் நேரடியாக மோகனைத் துளைத்தன.

‘பெயர் என்ன சொன்னீங்க?’ டாக்டர் கேட்க, ‘மோகன் உயிரொலி’ என மோகன் பதிலளித்தான். அந்தப் பெயரைக் கேட்டதும் கதிர் திடுக்கிட்டான். இத்தனை வருஷப் பழக்கத்துல மோகனுக்குப் பின்னாடி ‘உயிரொலி’ என்ற பெயர் இருப்பதே அவனுக்குத் தெரியாது.

டாக்டர் இருவரையும் உள்ளே அழைத்தார். அறைக்குள் நுழைந்ததும் டாக்டர் அலமாரியில் இருந்து ஒரு பழைய டைரியைத் தேடி எடுத்தார். பக்கங்களைப் புரட்டி ஏதோ ஒன்றை உறுதி செய்துகொண்டார். ‘மோகன், நீங்க மட்டும் என்னோட அந்த அறைக்கு வாங்க’ என உள்ளே இருந்த கண்ணாடி அறையைக் காட்டினார்.

கதிர் வெளியே காத்திருக்க, மோகன் கண்ணாடி அறைக்குள் சென்றான். கதிரால் உள்ளே நடப்பதைக் காண முடிந்தது, ஆனால் அவர்கள் பேசுவது கேட்கவில்லை. ஆரம்பத்தில் சாதாரணமாகத் தெரிந்த உரையாடல், டாக்டர் டைரியைப் புரட்டி ஏதோ ஒரு கேள்வியைக் கேட்டபோது மாறியது.

மோகனின் முகம் ஆச்சரியம், கோபம், ஆத்திரம் என மாறியது. மோகன் ஆத்திரத்தில் கத்துவதும், பின் அமைதியாவதும் கதிரைப் பதற்றமடையச் செய்தது. சுமார் 20 நிமிடங்கள் கழித்து இருவரும் வெளியே வந்தனர். மோகனின் முகம் சிவந்திருந்தது.

‘மோகன், கண்டிப்பா நீங்க என்கிட்ட வருவீங்க. எவ்வளவு சீக்கிரம் வர்றீங்களோ அவ்வளவு நல்லது’ என்றார் டாக்டர் அமைதியாக. மோகன் பதில்

எதுவும் சொல்லாமல் கதிரை இழுத்துக்கொண்டு வெளியேறினான்.

வெளியே வந்ததும் கதிர் ஆர்வமாக என்ன நடந்தது எனக் கேட்க, மோகன் ஒரு கேள்வியைத் திருப்பினான்: 'நீ அஞ்சாம் கிளாஸ் எந்த ஊர்ல படிச்ச?'.

கதிர் ஒரு நிமிடம் உறைந்து போனான். 'இதென்னடா கேள்வி? மணி என்ன ஆகுது... 4? அச்சச்சோ! பாலுவுக்கு உடம்பு சரியில்லை, நான் கிளம்பணும்' எனப் பதற்றமாகப் பேசினான். மோகன் லி்ஃப்ட் தருவதாகச் சொல்லியும் கேட்காமல், கதிர் ஒரு டாக்ஸி பிடித்துத் தப்பிப்பது போலச் சென்றான்.

மோகன் குழப்பத்துடன் நின்றான். டாக்டர் திரவியம் உள்ளே சொன்ன விஷயங்கள் இப்போது மோகனின் மனதில் முள்ளாகத் தைத்தன. கதிரின் இந்தத் திடீர் நழுவல் தற்செயலானதா அல்லது திட்டமிடப்பட்டதா?

• • •

அத்தியாயம் 15

சிதையும் பிம்பங்கள்

இரவு வெகுநேரமாகியும் கதிரிடம் இருந்து எந்தத் தொலைபேசி அழைப்பும் வரவில்லை. டாக்டர் திரவியத்தின் அந்தத் தீர்க்கமான முகமும், அவர் உதிர்த்த அந்த ஒற்றை வாக்கியமும் மோகனின் மனதைச் சித்திரவதை செய்தன. 'கண்டிப்பா நீங்க என்கிட்ட வருவீங்க' - அந்த வார்த்தைகள் அறையின் நிசப்தத்தில் ஒரு சாபத்தைப் போல எதிரொலித்துக் கொண்டே இருந்தன.

பொறுக்க முடியாமல் கதிரின் வீட்டுத் தொலைபேசிக்கு மோகன் அழைத்தான். நீண்ட நேரம் மணி அடித்தும் யாரும் எடுக்கவில்லை. 'டாக்டர் சொன்னது சரியாக இருக்குமோ? அந்தக் கேள்வியை அவனிடம் கேட்டிருக்கக் கூடாதோ? இல்லை இல்லை... அது உண்மையாக இருக்காது. கதிர் குடும்பத்தோடு எங்காவது வெளியே போயிருப்பான். நாளைக்கு ஆபீஸ்க்கு வரும்போது பேசிவிடலாம்' என மோகன் பெரும் மனப் போராட்டத்தில் இருந்தான். ஒவ்வொரு நொடியும் ஒரு யுகமாக நகர்ந்தது.

அடுத்த நாள் காலை. மோகனின் அலுவலகக் கடிகாரத்தில் முட்கள் பத்தைத் தாண்டின. கதிரிடம் இருந்து இன்னும் எந்தத் தகவலும்

இல்லை. அவனுடைய அலுவலக எண்ணுக்கு அழைத்தபோது, 'கதிர் சார் இன்னும் வரலைங்க' எனச் சொல்லி இயந்திரத்தனமாக இணைப்பைத் துண்டித்துவிட்டார்கள். கதிர் அலுவலகத்திற்கு வராதது மோகனுக்குப் பெரும் அச்சத்தைத் தந்தது.

மனம் இருப்பு கொள்ளாமல், வண்டியை எடுத்துக் கொண்டு நேராகக் கதிரின் வீட்டுக்குச் சென்றான். அங்கே அவனுக்குக் காத்திருந்தது ஒரு பேரதிர்ச்சி. வீட்டின் பெரிய இரும்புக் கேட் பூட்டப்பட்டிருந்தது. ஜன்னல்கள் அனைத்தும் மூடப்பட்டு, வீடே ஒரு மயான அமைதியில் இருந்தது. பக்கத்து வீட்டில் விசாரித்தான்.

பக்கத்து வீட்டுப் பாட்டி சொன்ன தகவல் அவனை நிலைகுலையச் செய்தது: 'என்ன விஷயம்னு தெரியல தம்பி. நேத்து ராத்திரி ஒரு ஏழு மணி இருக்கும்... எல்லாரும் அவசர அவசரமா வீட்டப் பூட்டிக்கிட்டு கார்ல எங்கயோ போனாங்க. யார் கிட்டயும் ஒன்னும் சொல்லல. எல்லாரும் முகத்துல ஒரு பெரிய சோகத்தோட இருந்தாங்க, அழுதுகிட்டு இருந்த மாதிரி தெரிஞ்சது. ஏதாவது சாவு (எழவு) விஷயமா இருக்கும்னு நினைக்கிறேன். அதான் சொல்லாமப் போயிருக்காங்க.'

'உண்மையிலேயே ஏதாவது சாவு விழுந்திருக்கா, இல்லை நான் கேட்ட அந்த ஒரு கேள்வியால இப்படி எல்லாம் நடக்குதா?' - அலுவலகம் திரும்பிச் செல்லும் வழி நெடுக மோகனின் மூளை ஒரு பைத்தியக்காரத்தனமான தர்க்கத்தில் சிக்கிக்கொண்டது. 'உங்களுக்குத் தெரிஞ்ச யாரை வேணும்னாலும்

கேட்டுப் பாருங்க' என டாக்டர் சொன்ன வார்த்தைகள் அவன் மண்டைக்குள் சுத்தியலால் அடிப்பது போல இருந்தன.

அலுவலகத்தில் இதை ஒருமுறை சோதித்து விடுவதென்று மோகன் ஒரு விபரீதமான முடிவெடுத்தான். அங்கு ஏதாவது விபரீதம் நடந்தாலும் பாதிப்பு பெரிதாக இருக்காது எனத் தவறாகக் கருதினான். அலுவலகம் சென்ற உடன் கலைச்செல்வியைத் தன் அறைக்கு அழைத்தான். முதலில் சில நிமிடங்கள் வேலை சம்பந்தமான விஷயங்களைப் பேசிவிட்டு, மெல்லப் பேச்சுவாக்கில் கேட்டான்: 'கலை... உங்க சொந்த ஊர் எது?'.

அந்தக் கேள்வியைக் கேட்ட அதே விநாடி, ஒரு பலமான இருமல் சத்தம் கலையிடமிருந்து வந்தது. அவள் முகம் சட்டென வாடிப்போய், கண்கள் சோர்வடைந்தன. 'சார்... எனக்குத் திடீர்னு உடம்பு ஒரு மாதிரி பண்ணுது. தலையெல்லாம் சுத்துது. இன்னைக்கு மதியம் பர்மிஷன் வேணும் சார்' என்றாள் கரகரத்த குரலில். மோகன் அவளை உடனே அனுப்பிவிட்டுத் திகைத்து அமர்ந்திருந்தான். 'உள்ள வந்தப்ப நல்லாத் தானே இருந்தா? நான் அந்தக் கேள்வியைக் கேட்ட சில நொடிகள்ல அவளுக்கு எப்படி உடம்பு சரியில்லாமப் போகும்?' அவனது குழப்பம் இப்போது மரண பயமாக மாறியது.

வீட்டில் மோகனின் நிலைமையைப் பார்த்த மாலதி மிகவும் கவலை கொண்டாள். மோகன் யாரிடமும் பேசாமல் ஒரு மூலையில் அமர்ந்து சூனியத்தைப் பார்த்துக் கொண்டிருந்தான். அவன்

மிகவும் தழுதழுத்த குரலில் பேசினான்: 'எல்லாமே எல்லை மீறிப் போய்க்கிட்டு இருக்கு மாலதி. எங்க நான் எல்லாத்தையும்... உங்களையும் சேர்த்து இழந்துடுவேனோன்னு பயமா இருக்கு.'

மாலதி இவ்வளவு பலவீனமாக மோகனை ஒருபோதும் கண்டதில்லை. அவளையும் கலக்கம் தொற்றிக் கொண்டது. 'ஏன் இப்படி எல்லாம் பேசறீங்க? நீங்க இருக்குற தைரியத்துல தான் நான் கலங்காம இருக்கேன். நீங்களே மனசொடிஞ்சு போயிட்டா நான் என்ன பண்ணுவேன்?' என்றாள்.

மோகன் தன்னைத் தானே ஆசுவாசப்படுத்திக் கொண்டு, 'நம்ம ரெண்டு பேருக்கும் இடையில் எந்த ஒளிவு மறைவும் இல்லன்னு நீ நம்புறியா? நல்லா யோசிச்சுப் பதில் சொல்லு' என்றான். மாலதி 'இதுல யோசிக்க எதுவுமே இல்லைங்க. உங்ககிட்ட நான் எதையும் மறைச்சதே இல்லை' என உறுதியாகச் சொன்னாள்.

மோகன் தன் மனதிற்குள் பெரும் போராட்டத்தை நிகழ்த்திக் கொண்டிருந்தான். 'எதுவும் நடக்காது... நடக்கக் கூடாது' என வேண்டிக்கொண்டு கேட்டான்: 'நீ பிறந்த ஊரு எது?'. கேட்டுவிட்டு அவளை உன்னிப்பாகக் கவனித்தான். மாலதி ஒரு பெருமூச்சு விட்டாள். 'ச்சே! இவ்வளவு தானா? நான் என்னமோ ஏதோன்னு பயந்தே போயிட்டேன்' என்றாள்.

அவளுக்கு ஒன்றும் ஆகவில்லை என்ற லேசான நிம்மதி கிடைத்தாலும், அவளிடமிருந்து பதில் வராததால் மோகன் பதற்றமானான். 'சரி, பதில்

சொல்லு?' எனக் கேட்டான். 'இதெல்லாம் ஒரு கேள்வின்னு கேக்குறீங்க, உங்களுக்கே தெரியாதா?' எனச் சாதாரணமாகத் தட்டிக்கழித்தாள் மாலதி. மோகன் கெஞ்சினான், 'தெரியல மாலு... ப்ளீஸ் பதில் சொல்லு'.

மாலதி இப்போது லேசாகக் கோபமானாள். 'வேற ஏதாவது கேளுங்க' என்றாள். மோகன் ஆவேசமாக, 'இல்லை மாலு, எனக்கு இதுக்குத்தான் பதில் தெரியணும். நம்ம காதல் மேல உனக்கு உண்மையிலேயே நம்பிக்கை இருந்ததுன்னா... என்னை முழுமையா நம்புறேன்னா... பதில் சொல்லு! இல்லை ஏன் பதில் சொல்ல மாட்டேங்குறன்னு சொல்லு?' எனக் கத்தினான்.

மாலதி நன்றாக மூச்சை உள்ளே இழுத்துக் கொண்டாள். அவளது கண்கள் கலங்கி, ஒருவிதத் தீர்மானத்திற்கு வந்தவள் போலப் பேசினாள். 'சரி சொல்றேங்க. அதுக்கப்புறம் என்ன நடந்தாலும், எப்பயும் போல நீங்க திடமா இருக்கணும். நடந்ததை நினைச்சுக் கவலைப்படாதீங்க. நித்யாவை நல்லாப் பார்த்துக்கோங்க...' என அவள் சொல்லிக் கொண்டிருந்தபோதே மோகன் பயந்துபோய் அவளை நிறுத்த முயன்றான்.

ஆனால் அதற்குள் அவள் அவனை இறுக்கமாகக் கட்டிக் கொண்டு, அவனது காதுக்கு அருகில் மெல்லிய குரலில் சொன்னாள்: 'ஏன்னா... எனக்கு அந்தப் பதில் தெரியாதுங்க!'.

அவள் அந்த வார்த்தையைச் சொல்லி முடித்த அடுத்த நொடி, ஒரு பலத்த சத்தம்! ஒரு பிரம்மாண்டமான

கண்ணாடித் துண்டு தரையில் விழுந்து நொறுங்குவது போன்ற ஓசை அந்த அறையை அதிரச் செய்தது. மோகனின் கைகளுக்குள் இருந்த மாலதி, அப்படியே பல்லாயிரம் கண்ணாடித் துகள்களாகச் சிதைந்து, அடுத்த விநாடியே காற்றில் கரைந்து மறைந்து போனாள்.

சத்தம் கேட்டுப் படுக்கையறையிலிருந்து அலறிக்கொண்டு ஓடி வந்தாள் நித்யா. கண் முன் நடந்ததை நம்ப முடியாமல், தன் கைகள் காலியாக இருப்பதைப் பார்த்துப் பிரமை பிடித்தவனைப் போல நின்றிருந்தான் மோகன். அம்மா காற்றில் கரைந்து மறைவதை நேரில் பார்த்த நித்யா, 'அப்பா!' என்று அலறிக் கொண்டு ஓடி வந்து மோகனின் கால்களைக் கட்டிக் கொண்டு அழத் தொடங்கினாள். மோகனின் உலகம் முழுவதுமாக நொறுங்கிப் போயிருந்தது.

• • •

அத்தியாயம் 16

கதைக் கைதி

அன்று அந்த மர்மமான கண்ணாடி அறைக்குள் டாக்டர் திரவியத்துடன் நடந்த உரையாடல் மோகனின் நினைவலைகளில் ஒரு திரைப்படத்தைப் போல ஓடியது. மாலதி சிதைந்து மறைந்த அந்தத் தருணத்தில், மோகனுக்குத் தெரிந்த ஒரே அடைக்கலம் திரவியத்தின் அந்த வார்த்தைகள் மட்டும்தான்.

அறைக்குள் இருவரும் நேருக்கு நேர் பார்த்தபடி அமர்ந்தனர். டாக்டர் மிகவும் நிதானமாக ஆரம்பித்தார், 'உங்க பெயர்?'. 'மோகன்' என்றான் அவன். 'முழுப்பெயர்?' என அவர் மீண்டும் கேட்டார். இது என்னடா மறுபடியும் அதே கேள்வி என எரிச்சல் மேலிட்டாலும், ஒருவிதக் கட்டுப்பாட்டுடன், 'மோகன் உயிரொலி' எனப் பதிலளித்தான்.

'உங்க மனைவியின் செருப்பு சைஸ் என்ன?' என்று கேட்டார் டாக்டர், ஒரு துப்பறியும் அதிகாரியைப் போல. இதெல்லாம் எதற்குப் போய்க் கேட்கிறார் என்று ஒன்றும் புரியாமல், 'எட்டரை' என்றான் மோகன். 'டாக்டர், நான் எதுக்கு வந்திருக்கேன்னா...' என்று மோகன் தன் பிரச்சனையை விவரிக்க முயன்றான். ஆனால் டாக்டர் அவனைத் தடுத்து, 'நீங்க எதுவும் சொல்ல வேண்டாம் மோகன். எனக்கு எல்லாம் தெரியும்' என்றார்.

'எல்லாம் தெரியுமா?' - மோகன் சந்தேகப் பார்வையில் அவரைப் பார்த்தான். 'கதிர் முன்னாடியே எல்லாம் சொல்லிட்டானா?' என்று கேட்டான். 'கதிர் சொல்லல. நீங்க தான் சொன்னீங்க' என்று டாக்டர் சொன்ன விதம் விசித்திரமாக இருந்தது.

டாக்டர் ஏதோ விளையாட்டாக சொல்கிறார் என நினைத்தான்."என்ன நான் சொன்னேனா? என்ன டாக்டர் விளையாடறீங்களா? இது வரைக்கும் நான் உங்கள பார்த்ததே இல்ல? உங்கள யாருன்னு கூட தெரியாது. நான் எப்படி, எப்ப உங்களுக்கு சொன்னேன்?"

"யோசிச்சுப் பாருங்க. இப்ப உங்களுக்கு நடக்குறதெல்லாம் நீங்க சொல்லித்தான் நடக்குதா?"

இவர் ஏதோ விஷயம் தெரிஞ்சித் தான் பேசுகிறார் என புரிந்துக் கொண்டான். "இல்லை. ஆனா அதெப்படி உங்களுக்கு தெரியும்?"

"உங்க எல்லாக் கேள்விகளுக்கும், சந்தேகங்களுக்கும் நான் பதில் சொல்றேன். அதுதானே என்னோட வேலை." என்று சொல்லிவிட்டு ஒரு நீண்ட விளக்கத்துக்கு தயார் ஆனார்.

மோகனும் அதை கேட்க ஆயத்தமானான்.

"நான் சொல்றத கவனமா கேளுங்க மோகன். நான் சொல்லப் போறது உங்களுக்கு அதிர்ச்சியா கூட இருக்கலாம். ஆனா அதை நான் உங்களுக்கு சொல்லித் தான் ஆகனும். அது என் கடமை."

சரி என்பதைப் போல் தலையை ஆட்டினான் மோகன்.

“கதைக் கைதிகள் என்ற தத்துவத்தைப் பற்றி கேள்வி பட்டிருகீங்களா?”

“எங்கோ கேட்ட தலைப்பு மாதிரி இருக்கு. ஆனா அதைப் பற்றி ஒன்னும் தெரியாது." என பதிலளித்தான் மோகன்.

“கதாசிரியர்கள் கதைக்குள் தொலைந்து போவதைத் தான் அப்படி சொல்லுவாங்க. கிட்ட தட்ட இப்ப உங்க நிலைமை அதுத்தான்." என்றார் டாக்டர்.

ஒன்னும் புரியாமல் “என்ன?” என்று கேட்டான் மோகன்.

“அமாம் மோகன். நீங்களே எழுதிக் கிட்டு இருக்குற ஒரு கதையின் கதாப் பாத்திரம் தான் மோகன் உயிரொலி. அதாவது நீங்கள். இங்கு எதுவும் உண்மை இல்லை. இது எல்லாமே அந்தக் கதைக்குள்ள தான் நடந்துக் கிட்டு இருக்கு."

டாக்டர் சொன்னதைக் கேட்டு மோகன் குபீர் என சிரிக்கிறான். "சரியாப் போச்சு, இங்க பேஷண்ட் நானா இல்ல நீங்களா? எனக்கு ஒன்னும் புரியல." சிரிப்பு அடக்க முடியாமல் மீண்டும் குபீர் என்று சிரிக்கிறான்.

டாக்டர் பதில் ஏதும் சொல்லவில்லை.

ஏதோ இது ஒரு புது அனுபவமாக இருக்கும் என்றும், இவரோடு கொஞ்ச நேரம் உரையாடிவிட்டு போகலாம் என்றும் முடிவு செய்தான் மோகன். "சரி டாக்டர், சாரி. நீங்க மேல சொல்லுங்க. கேட்க ரொம்ப சுவாரஸ்யமா இருக்கு." என்று வாயை மூடி கேலியாக சிரித்தான்.

டாக்டர் தொடர்ந்தார், “உங்களைப் போன்ற கதாசிரியர்கள், கதையின் இயல்பு சரியா வரனும்னு,

அவங்களையே ஒரு முக்கியக் கதாப் பாத்திரமாக யூகிச்சுக்குவாங்க. கதையில ரொம்ப ஒன்றிப் போற உங்களை மாதிரி சில பேர், அதுக் குள்ளவே வாழ ஆரம்பிச்சிடுவாங்க. அது தான் அவங்களோட பலம், பலவீனம் ரெண்டுமே. அப்படித்தான் நீங்களும் இப்ப மாட்டிக்கிட்டு இருக்கீங்க."

“அப்ப அவங்கள காப்பாத்துற கடவுள் கதாப் பாத்திரம் பண்றீங்களா நீங்க?” மீண்டும் கேலிச் சிரிப்பு.

“கடவுளும் இல்லை, கதாப் பாத்திரமும் இல்லை எனக்கும் இந்தக் கதைக்கும் எந்த சம்மந்தமும் இல்லை. நான் ஒரு மீட்பாளி அவ்வளவு தான்."

“அப்ப நீங்க எதுக்கு என் கதைக்குள்ள வந்திருக்கீங்க?”

“கதைக்குள் வாழ்ந்துகிட்டு இருக்குற நீங்க, கதையை முடிக்க முடியாம தினருவீங்க. அப்படி இருக்குறப்ப, கதையை முடிச்சி நிஜ உலகுக்கு வர உதவியா இருக்கனும்ன்னு தான் என்னை படைச்சீங்க. காலப் போக்குல உங்கள சுத்தி இருக்குற கதாப் பாத்திரங்கள், உங்க கதை மேல ஆதிக்கம் செலுத்த ஆரம்பிச்சாங்க. அவங்கள சரி செஞ்சி உங்கள மீட்குற வேலையும் என் கிட்ட வந்துச்சி." சில நொடிகள் நிறுத்தி விட்டு மீண்டும் தொடர்ந்தார்.

“கதைல சிக்கல் அதிகமாக அதிகமாக, மீட்புப் பணிக்கு புது புது யுக்திகள், கண்டுபிடிப்புகள் தேவைப் பட்டது. பல ஆராய்ச்சிகளை நடத்தி, சில புதிய யுக்திகளை கண்டுபிடிச்சேன். முள்ளை முள்ளால் தான் எடுக்கனும் என்பதைப் போல, சிக்கலான நிலையில் இருந்து மீட்க உதவும் என் கண்டுபிடிப்புகளும் சிக்கலாகவே இருந்து.

அது, கதை விட்டு கதை தாவுதல், நிஜத்தில் இருந்து கதைக்குள் புகுதல், கதையை முற்றிலுமாக அழித்தல் போன்றதாகும். பேராசை பிடிச்ச சில காதாசிரியர்கள், அதை உபயோகப் படுத்தி, மற்றவர்களில் கதையை சீர்குலைக்க ஆரம்பித்தனர். இப்ப அந்தப் பிரச்சனைகளை சாமளிக்கறதும் என்னோட வேலை ஆயிடிச்சி." என்றார் டாக்டர் திரவியம்.

திரவியம் சொல்வதை முற்றிலும் ஏற்றுக்கொள்ள முடியாவிட்டாலும், அவன் பிரச்சனைகளுடன் எங்கெங்கோ சம்மந்தப் பட்டுள்ளதாகவே கருதினான் மோகன். இதில் இருந்து அவனுக்கு ஏதோ விடை கிடைக்கும் என்றே நினைத்தான். "அப்படின்னா, நீங்க நிஜ உலகத்துல இருந்து வந்திருக்கீங்களா?" மேலும் அவரிடம் இருந்து விஷயங்களை அறிந்துக்கொள்ள முனைந்தான்.

“உங்களைப் போன்ற கதாசிரியர்களின் வேண்டுகோளுக்கு இணங்க, விஞ்ஞானிகளால் கண்டுபிடிக்கப் பட்டவன் நான். நிஜ உலகுக்கும், கதை உலகுக்கும் இடைப் பட்டவன் நான். இரண்டு உலகங்களையும் இணைக்கும் பாலமாக செயல் படுபவன் நான். நான் தன்னிச்சையாக செயல் படக் கூடியவன். கதாசிரியர்கள் இயக்கத்தில் இருந்து யார் வேண்டுமானாலும் என்னை அணுகலாம். கதைக்குள்ள மாட்டிக்கிட்டா அவங்கள மீட்கறது என் கடமை. அதே சமயம் எனக்கென சில வரையறை வகுக்கப் பட்டிருக்கு, அதை மீறி என்னால செயல் பட முடியாது." என்று மேலும் தன்னைப் பற்றி விளக்கம் தந்தார் திரவியம்.

பொறுமை இழந்த மோகன், "போதும் டாக்டர், இப்ப இன்னொட பிரச்சனைக்கு வருவோம். என்னை எப்படி உங்களுக்குத் தெரியும்? என் பிரச்சனையைப் பத்தி யார் உங்ககிட்ட சொன்னா?" என்று கேட்டான்.

"நான் முன்னாடி சொன்னதைப் போல நீங்க யாரு, உங்க கதை என்னன்னு எனக்கு முன்னாடியேத் தெரியும்? அதை நீங்கலேத் தான் என் கிட்ட சொல்லி இருக்கீங்க." என்று தன கையில் இருந்த டைரியை புரட்டி காட்டுகிறார் திரவியம்.

முதல் பக்கத்தில்,

பயனர் பெயர்: மோகன்

கடவுக் கேள்வி 1: முழுப் பெயர் என்ன?

பதில்: மோகன் உயிரொலி

கடவுக் கேள்வி 2: மனைவியின் செருப்பு சைஸ் என்ன?

பதில்: 8.5

துருப்பு: கதிரவன்

என இருந்தது.

மற்ற பக்கங்களை வேகமாக புரட்டுகிறார். அந்தப் பக்கங்களில் குறிப்புகள் எழுதி இருப்பதாக தென்படுகிறது. அதை பார்த்த பொழுது அவன் கதைகளுக்கு குறிப்பு எழுதுவதை போலவே தோன்றியது. அந்த வேகத்திலும் சில வார்த்தைகள் அவனால் படிக்க முடிந்தது. நாளைய இயக்குனர்,

நித்யா, பூங்கா, கடற்க்கரை, கல்யாணம், கதிர், என்று அவனுக்கு சம்மந்தப் பட்டதாகவே போய்க் கொண்டிருந்தது.

டைரியை பக்கத்தில் இருந்த மேஜை மீது வைத்து விட்டு, "கதை இருக்கு, அதுல பிரச்சனை எங்கன்னு தான் இப்ப கண்டுபிடிக்கனும். அதுக்கு உங்களோட ஒத்துழைப்பு எனக்கு வேணும்?" என்று மோகனைப் பார்த்தார் திரவியம்.

நம்பவும் முடியவில்லை, நம்பாமல் இருக்கவும் முடியவில்லை. யாரோ தன்னுடன் விளையாடுகிறார்கள் என்ற எண்ணம் கூட அவனை விட்டு அகலவில்லை. அவன் பிரச்சனைகளுக்கு எல்லாம் ஏதாவது தீர்வு கிடைத்துவிடாதா என்ற எண்ணத்தில் சரி என்று ஒத்த்துக் கொள்கிறான் மோகன்.

"நான் இப்ப வரிசையாக சில குறிச் சொற்களை சொல்லிக் கேட்டு வரேன். உங்களுக்கு சம்மந்தம் இல்லாத வார்த்தை ஏதாவது வந்தா, என் கிட்ட சொல்லுங்க" என்றார் திரவியம்.

சரி என்பதை போல் தலை ஆட்டினான் மோகன்.

டாக்டர் முதல் குறியை வாசித்தார், 'நாளைய இயக்குனர்' மோகன் சரி என்பதை போல் தலை ஆட்டினான். அதை கவனித்த டாக்டர் அக்குறிச் சொல்லின் பக்கத்தில் பேனாவால் டிக் மார்க் இட்டார்.

அதேபோல் ஒவ்வொரு குறிச் சொல்லுக்கும், மோகனை பார்த்து மார்க் செய்துக் கொண்டே வந்தார்.

மனைவி மாலதி, காதல் அலைவரிசை, கரண்ட் கட், மகள் நித்யா, விளையாட்டு, மர்மக் குழந்தை,

அலுவலகம், கலை, திரைக்கதை, காதல் பகடை, சொல்லப் படாத காதல் கதை, பின்னூட்டம், என்று வரிசையாக வாசித்துக் கொண்டே வந்தார். மோகன் அவன் நினைவுகளை அசை போட்டுக்கொண்டே, அனைத்திற்கும் சரி என்பதைப் போல தலையை ஆட்டிக் கொண்டே இருந்தான்.

"அரங்கம், சி.டி, போட்டியாளர்கள், கார்த்திக்-மாணிக்கம், வித்யா-மாலதி, சிங்கமுத்து-சம்மந்தம் இல்லை, மாணிக்கம் அழைப்பு, கார்த்திக்-மாணிக்கத்தின் மாணவன்" என்று வாசித்த போது மோகனின் முகம் மாறுவதை கவனித்தார் திரவியம். இப்போது மோகனின் தலை இல்லை என்பதை போல் ஆட்டிக் கொண்டிருந்தான். அவனோ ஏதோ யோசித்துக் கொண்டிருந்தான். மாணிக்கத்திடம் நேரடியாக பேச முயற்ச்சித்து இருக்கலாமோ? என கேள்வி எழுந்தது அவனுக்குள்.

அவனின் நிலையை கண்டு வாசிப்பதை நிறுத்தினார் திரவியம். "நான் மேல படிக்கிறேன். மெதுவா படிக்கிறேன். நிதானமா யோசிச்சு பதில் சொல்லுங்க." என்று தொடர்ந்தார் திரவியம்,

- வித்யா - மாலதியின் பள்ளி,
- அதே வகுப்பறை,
- எண்ணக் கடத்திகள்,
- மோகன்-போட்டியாளர்கள்-கடத்திகள் சந்திப்பு,
- காலக் கணக் கிடுதல்.
- 10 ஆண்டுகளுக்கு முன்பு,
- பொதுவான விஷயம் - பள்ளி விழா,
- போட்டி: பல பள்ளி ஒன்று கூடல்,

- சிங்க முத்து - சந்தேக நடவாடிக்கை,
- தீவிர துப்பறிவு,
- மறைவான ஆராய்சிக் கூடம்,
- மிருக சித்திரவதை,
- பிடிபட்டு-ஒப்புதல்,
- போட்டியில் தோல்வி - மோகனுடன் பகை,
- சாமியார்-எண்ணத் திருட்டு ஆராய்ச்சி,
- நிகழ்ச்சி - போட்டியிட்டு வெல்லத் திட்டம்

என முடிந்தது. அனைத்திற்கும் இல்லை என்று தலை ஆட்டினான். அதே சமயத்தில் அவன் குழப்பத்திற்கு விடை கிடைத்ததாக கருதினான். இனி இதில் இருந்து மீண்டு விடலாம் என நினைத்தான்.

“இதுல எந்த இடத்துல கதை மாறிச்சி? அதுக்கப்புறம் என்ன எல்லாம் நடந்துச்சி? எப்ப என்ன பார்க்க வந்திருக்கீங்க? கொஞ்சம் விளக்கமா சொல்லுங்க மோகன்." என்றார் திரவியம்.

சி.டி. பார்க்கத் துவங்கி இதுவரை என்னவெல்லாம் நடந்தது என்பதை விளக்கமாக சொன்னான் மோகன்.

“உங்க கேஸ் ரொம்ப ஈசி மோகன். ஆரம்ப கட்டத்துலயே வந்துட்டீங்க." என்று சொன்னார் திரவியம்.

“எதனால இப்படி நடந்திருக்கும்ன்னு நினைக்கறீங்க?” என்று அவரை கேட்டான்.

“நடந்தத வெச்சி பார்த்தா, ஏதோ ஒரு கதாப்பாத்திரம், கதையை அதோட கட்டுப் பாட்டுக்கு கொண்டுவர முயற்சி பண்ணி இருக்குன்னு நினைக்கிறேன்." என்று விளக்கம் தந்தார் திரவியம்.

யாராக இருக்கும் என்று யோசிக்கத் துவங்கி விட்டான் மோகன்.

"இனி இந்தக் கதையை முழுசா அழிச்சிடனும். நீங்க புறப்படத் தயாரா? உங்களுக்கு எந்த பாதகமும் இல்லாம நிஜ உலகத்துக்கு கூட்டிட்டு போயிடறேன்." என்று டாக்டர் சொன்னார்.

மோகன் ஆவேசத்தில் கத்துகிறான் "ஐயோ, போதும் டாக்டர். நிஜ உலகம், கதை உலகம்ன்னு உங்க விளையாட்டை நிறுத்துங்க. அதை என்னால ஏத்துக்கவே முடியாது. இங்க பாருங்க எனக்கு ஒரு குடும்ப, வேலை, நண்பர்களன்னு எத்தனை பேர் இருக்காங்க. இதை எல்லாம் வெறும் கற்பனைன்னு சொல்றீங்களா? இல்லை டாக்டர், இதெல்லாம் நிஜம். நம்பறேன், அந்த டைரில இருக்குற க்ளூவை நம்பறேன். அதுல இருக்குற மாதிரியே இது யாரோ விளையாடுற சித்து விளையாட்டுத் தான். இனிமே இத நான் பார்த்துக்கறேன். இந்தக் குறிப்புகளுக்கு நன்றி. இத்தோட என்ன விட்டுடுங்க ப்ளீஸ்." என்றான்.

"சரி விட்டுடறேன். அதுக்கு முன்னாடி நான் உங்களுக்கு சில விஷயங்கள் சொல்லியே ஆகனும். அது என் கடமை. பின்னாடி அது உங்களுக்கு உதவியா இருக்கும்." திரவியம் சொன்னதை கேட்டு அவன் ஆவேசம் குறைய வில்லை. இருந்தும் என்னத்தான் சொல்கிறார் என கேட்டுவிட்டு போகலாம் என முடிவு செய்தான்.

டாக்டர் வரிசையாக சில விஷயங்களை சொன்னார்,

"இந்தக் கதை உங்க கட்டுப்பாட்டில் இருந்து போய் விட்டது. இனி இந்தக் குறிப்புகளில் இருந்தவாறே நடந்திருக்கும் என்றோ, நடக்கப் போகிறது என்றோ எந்த உறுதியும் இல்லை.

நிஜ உலகுக்கு போக விருப்பம் இல்லை என்றால், உங்களை வேறொரு கதைக்கு மாற்றி அனுப்ப முடியும். உங்களோடு சேர்த்து, இக்கதையின் ஒரு கதாப்பாத்திரத்தை மட்டும் கூட்டிச் செல்லலாம். அது யார் என்று நீங்களே முடிவு செய்யலாம்.

இது கதை என்பதை உங்களைத் தவிர வேறு ஒரு கதாப்பாத்திரம் உணரும் போது இந்தக் கதை தானாக அழிந்து விடும். நீங்கள் வெற்றிடத்தில் அடைப் பட்டு விடுவீர்கள். யாராலும் அங்கிருந்து உங்களை மீட்க்க முடியாது.

இக் கதையில் உள்ள கதாப் பாத்திரங்கள் தன்னிச்சையாக செயல் பட ஆரம்பித்து விட்டது. இதை உங்களால் உறுதி செய்து கொள்ள முடியும்." என்று வரிசையாக சொல்லி முடித்தார் திரவியம்.

"உங்களுக்கு சொல்ல வேண்டியது எல்லாம் சொல்லிட்டேன். ஏதாவது சந்தேகம் இருந்தா கேளுங்க." என்று கேட்டார் திரவியம்.

"உறுதி படுத்திக்க முடியும்ன்னு சொன்னீங்களே. அது எப்படி?"ன்னு கேட்டான் மோகன்.

"உங்களுக்கு தெரிஞ்சவங்கள பத்தி, உங்களுக்கு தெரியாத சாதாரண விஷயத்தை, அவங்க கிட்டையே கேளுங்க" என்று சொன்னார் திரவியம்.

"யாரை வேணும்னாலும் கேட்கலாமா? அப்படி கேட்டா என்ன ஆகும்?" என்று மோகன் கேட்டான்.

"உங்களுக்கு தெரிஞ்ச யாரை வேணும்னாலும் கேட்டுப் பாருங்க. அதுக்கப்புறம் உங்களுக்கே புரியும்." என்று பதிலளித்தார்.

• • •

அத்தியாயம் 17

நிழல்களின் முடிவு (இறுதிப் பகுதி)

டாக்டர் திரவியம் சொன்ன ஒவ்வொரு எச்சரிக்கையும் மோகனின் காதுகளுக்குள் மரண ஓலமாய் ஒலித்துக் கொண்டிருந்தன. மாலதி தன் கண் முன்னாலேயே பல்லாயிரம் கண்ணாடித் துண்டுகளாகச் சிதறி மறைந்த அந்தப் பயங்கரம், அவனது அறிவை மழுங்கச் செய்திருந்தது. தேம்பித் தேம்பி அழுது கொண்டிருந்த நித்யாவைத் தன் நெஞ்சோடு அணைத்துக் கொண்டான் மோகன்.

“நித்யா, அம்மாவுக்கு ஒன்னும் ஆகலடா செல்லம்... அவங்க திரும்ப வந்திடுவாங்க. நீ பயப்படாத. நாம இங்க இருந்து உடனே போகணும்,” என்று அவளுக்குப் பொய்யான தைரியத்தைச் சொன்னான். ஆனால் அவன் கைகளே நடுங்கிக் கொண்டிருந்தன. நித்யாவை அப்படியே தூக்கிக் கொண்டு, “டாக்டர்! டாக்டர்!” என்று அலறியவாறே வீட்டை விட்டு வெளியே ஓடினான்.

வீட்டின் வாசலைத் தாண்டி அவன் வெளியே காலடி வைத்த அடுத்த விநாடி, மோகனின் உலகம் அப்படியே உறைந்து போனது. அங்கே தெரு இல்லை, மின் விளக்குகள் இல்லை, வழக்கமான அந்தப் பூங்கா மரம் கூட இல்லை. அவன் வாசலைத் தாண்டியதும் அந்த

வீடும் பின்னால் மறைந்து விட்டது. எஞ்சியிருந்தது ஒரு மாபெரும் வெண்மை படர்ந்த வெற்றிடம் மட்டுமே.

எந்தப் பக்கம் திரும்பினாலும் எல்லையே இல்லாத ஒரு வெண்மைப் பரப்பு. திசைகள் தெரியவில்லை, ஆகாயம் தெரியவில்லை. அந்தப் பால் நிற வெற்றிடத்திற்கு நடுவே அவன் மட்டும் தன் மகளுடன் அனாதையாய் நின்றிருந்தான். மோகன் தன் நம்பிக்கையை முற்றிலுமாக இழந்து, மண்டியிட்டு கதறி அழுதான்.

அவன் கால்களைக் கட்டிக் கொண்டு அழுது கொண்டிருந்த நித்யா, மெல்லத் தன் முகத்தை உயர்த்தி அவனைப் பார்த்தாள். “என்னாலத் தான் இதெல்லாம் நடக்குதா, அப்பா?” என்று தேம்பிக் கொண்டே கேட்டாள்.

மோகன் திடுக்கிட்டான். “இல்ல நித்யா... அப்படி எல்லாம் ஒன்னும் இல்லை. எதனால அப்படிச் சொல்றே?” என அவளைச் சமாதானப்படுத்த முயன்றான்.

நித்யா தன் பிஞ்சுக் கைகளால் கண்ணீரைத் துடைத்துக் கொண்டே சொன்னாள், “நீங்க எதையாவது கற்பனை பண்ணா அது படமா வர்ற மாதிரி, நான் நினைக்கிறதும் நடக்கணும்னு எனக்குத் தோணுச்சுப்பா. அன்னைக்கு நீங்க பாலாஜி அண்ணனைப் பத்திப் பேசிக்கிட்டு இருந்தப்ப, அவரோட அடுத்த படம் 'தாத்தா பாட்டி' கதையா இருக்கணும்னு நான் நினைச்சேன். ஆனா அது வரலன்னு தெரிஞ்சதும் எனக்கு ரொம்ப வருத்தமா இருந்தது.”

மோகன் அவளை உற்று நோக்கினான். அவள் தொடர்ந்தாள், "அப்புறம் சி.டி பார்க்குறப்ப, கார்த்திக் அண்ணனோட கதைங்க எல்லாம் உங்களோடதுன்னு சொன்னீங்க. ஆனா அதுல எனக்கு ஒன்னு கூட தெரியல. எனக்குக் கோபம் வந்துச்சு. எனக்குத் தெரிஞ்ச கதை ஏதாவது வரணும்னு நினைச்சேன். உடனே நீங்க என்கிட்ட விளையாட்டா சொன்ன அந்த 'மர்மக் குழந்தை' கதையை நினைச்சேன். அது வந்ததும் எனக்கு அவ்ளோ சந்தோஷம்!"

அன்று நித்யா டைனிங் டேபிளில் அமர்ந்து பாடம் எழுதிக் கொண்டே அனைத்தையும் கவனித்தது மோகனின் நினைவுக்கு வந்தது. "நினைச்ச மாதிரியே நடந்த சந்தோஷத்துல, நான் என்னென்னவோ நினைக்க ஆரம்பிச்சுட்டேன். நம்ம வீட்ல இப்போ நடக்குற விஷயத்தை வெச்சு ஒரு கதை வரணும், சிங்கமுத்து கூட உங்க கதையைப் படமா எடுக்கணும்னு நினைச்சேன். ஆனா அதை எல்லாம் பார்க்க விடாம அம்மா என்னை உள்ள கூட்டிட்டுப் போயிட்டாங்க."

"இன்னைக்கு நீங்க வெளியே போனதுக்கப்புறம் நானும் அம்மாவும் மிச்சமிருந்த வீடியோவைப் பார்த்தோம். நான் நினைச்சது மாதிரியே தான் எல்லாம் இருந்தது. அம்மா கிட்ட இதையெல்லாம் சொன்னேன்..." என்று சொல்லி நிறுத்தினாள். மோகன் அவளைத் தன் கைகளால் பிடித்து உலுக்கினான், "அப்புறம் என்னாச்சு நித்யா?"

"அம்மா என்னைத் திட்டுனாங்க. அப்பதான் பாலாஜி அண்ணனோட அந்தப் படம் ஓடுச்சு. அதுல ஒரு தாத்தா வந்து ஹீரோ கிட்ட, இங்க நடக்கிறது எதுவுமே

உண்மை இல்லை, இதெல்லாம் ஒரு கதைன்னு சொன்னாரு. எனக்கு ஒன்னும் புரியல. கடைசியில நீங்க அம்மாவைக் கேட்ட மாதிரியே, ஹீரோ அந்தப் பொண்ணுகிட்ட எதையோ கேட்டான். பதில் சொல்ல முடியாம அந்தப் பொண்ணு சிலையா மாறிட்டா…"

நித்யா பேசி முடித்த அடுத்த விநாடி, அந்த வெற்றிடத்தில் ஒரு பலத்த சூறாவளி வீசியது. மோகனின் பிடியில் இருந்த நித்யா, அப்படியே ஒரு காகிதத் தூசியைப் போல அந்தக் காற்றில் கலந்து மறைந்து போனாள். "இல்லை! இல்லை! இது எதுவும் உண்மை இல்லை!" என மோகன் கதறிய அலறல் அந்தச் சூனியத்தில் கரைந்தது.*சட்டெனக் காட்சி மாறுகிறது.*

"ராம்… நேரமாச்சு! சீக்கிரம் வா, சினிமாவுக்குப் போகணும்!" - ஒரு பெண்ணின் குரல் அறைக்குள் ஒலித்தது.

ஒரு பழைய மேஜை. அதன் மேல் ஒரு டைரி. அருகில் ஒரு மடிக்கணினி. அதன் திரையில் "**மோகன் மீட்கப்படுவான். விரைவில் இரண்டாம் பாகம்…**" என்ற வரிகள் மின்னிக் கொண்டிருந்தன. கதாசிரியர் ராமு ஒரு நீண்ட பெருமூச்சுடன் கணினியை மூடினான். "இதோ வந்துட்டேன் திவ்யா!" என்று குரல் கொடுத்துவிட்டு எழுந்தான்.

உள்ளே வந்த திவ்யா, "இந்தக் கதையையாவது முடிச்சியா? இல்ல பக்கம் பக்கமா நோட்ஸ் தான் எழுதி வெச்சிருக்கியா?" எனக் கேலியாகக் கேட்டாள். ராமு சிரித்துக் கொண்டே, "கிட்டத்தட்ட முடிச்சுட்டேன்

திவ்யா. ஆனா கதாநாயகன் மோகன் உயிரொலி இப்போ ஒரு பெரிய மர்மத்துல மாட்டிக்கிட்டு இருக்கான். அவனை எப்படியாவது மீட்கணும்," என்றான்.

"நீ திருந்தவே மாட்ட.... சரி, வீட்டைப் பூட்டு. படத்துக்கு நேரமாச்சு!" இருவரும் வீட்டைப் பூட்டிக் கொண்டு கிளம்பினர். அந்த அறையில் திறந்தே கிடந்த டைரியின் முதல் பக்கத்தில் பெரிய எழுத்துக்களில் தலைப்பு எழுதப்பட்டிருந்தது: " **நிழல் தேடும் நிஜம்**".

- முற்றும் (முதற்பாகம்)

* * *

www.ingramcontent.com/pod-product-compliance
Lightning Source LLC
LaVergne TN
LVHW100331210926
848480LV00003B/1300
* 9 7 9 8 9 0 4 5 1 6 5 2 9 *